GIẢNG GIẢI
KINH DƯỢC SƯ

GIẢNG GIẢI KINH DƯỢC SƯ

Tỳ-kheo THÍCH HUYỀN CHÂU

Ghi lại lời giảng: Phật tử Diệu Vi - Nguyễn Thị Thu Huyền
Biên tập: Phật tử Diệu Vi - Phạm Thị Thu Huyền và Chu Lan Anh
Hiệu đính: Nguyễn Minh Tiến
Thiết kế bìa sách: Trịnh Bá Sỹ và Trần Thị Thu Vân

Nhà xuất bản Liên Phật Hội (United Buddhist Publisher)
xuất bản lần thứ nhất tại Hoa Kỳ - Tháng 5/2020

ISBN-13: 979-8-6451-6230-6

Copyright © VPH Bồ-đề Phật Quốc - 2020

VIỆN PHẬT HỌC BỒ-ĐỀ PHẬT QUỐC

TỲ-KHEO THÍCH HUYỀN CHÂU

GIẢNG GIẢI
KINH DƯỢC SƯ

NHÀ XUẤT BẢN LIÊN PHẬT HỘI
UNITED BUDDHIST PUBLISHER

MỤC LỤC

- I. GIỚI THIỆU BẢN KINH 7
- II. CHÁNH BÁO DƯỢC SƯ 23
- III. Y BÁO LƯU LY 37
- IV. NGUYỆN LỰC CỨU KHỔ 45
- V. THÀNH TỰU THÍ VÀ GIỚI 61
- VI. ĐỊNH TUỆ VIÊN MÃN 89
- VII. CÁT TƯỜNG NHƯ Ý 101
- VIII. BỒ TÁT THƯA HỎI 125
- IX. HỘ TRÌ VÀ CHÚC LỤY 143

6

I. GIỚI THIỆU BẢN KINH DƯỢC SƯ LƯU LY BỔN NGUYỆN CÔNG ĐỨC

Tất cả chúng ta đều giống nhau ở điểm chung là ai ai cũng mưu cầu hạnh phúc. Bằng cách này hay cách khác, mọi nỗ lực trong cuộc sống của mỗi chúng ta, xét cho cùng đều là nhắm đến việc mưu cầu hạnh phúc. Từ những cố gắng lẻ loi của mỗi một cá nhân trong việc tăng thêm thu nhập hằng ngày, cho đến những cuộc chiến tranh thế giới với quy mô lan rộng toàn cầu, tất cả đều không ngoài mục đích nhắm đến một cuộc sống tốt đẹp hơn, hạnh phúc hơn. Tuy nhiên, với những phương thức mưu cầu hạnh phúc khác nhau, chúng ta sẽ gặt hái những kết quả khác nhau, và hạnh phúc chân thật chỉ có được khi ta thực hành được những phương thức đúng đắn với đầy đủ từ bi và trí tuệ. Những kẻ bon chen, mưu đồ giành giật với người khác, tuy trước mắt tưởng như có được rất nhiều mà cuối cùng thật ra là mất tất cả, vì họ không bao giờ có được một cuộc sống thực sự an vui. Những ai biết sống vị tha, quên mình phụng sự tha nhân, tuy cuộc sống có vẻ như nhọc nhằn vất vả, nhưng thực sự luôn có được một tâm hồn trong sáng, an lạc. Chính trong ý nghĩa đó mà chúng ta cần phải học tập Kinh điển, Giáo pháp, để biết được phương thức mưu cầu hạnh phúc một cách chân chánh, thiết thực.

Là người con Phật, chúng ta hãy thấy mình thật sự hạnh phúc vì được sống trong sự thương yêu của chư Phật. Những người thân trong gia đình chúng ta vẫn có những lúc không còn thương yêu chúng ta, nhưng chư Phật thì luôn luôn thương yêu, che chở chúng ta với những lời nguyện đại từ đại bi của các ngài. Đó chính là điều hạnh phúc chân thật. Muốn hiểu rõ hơn về điều này, hôm nay chúng ta cần phải đọc và học kỹ bản kinh Dược Sư Lưu Ly bản nguyện công đức.

Đức Phật Dược Sư là một vị Phật tiêu biểu cho tâm đại từ đại bi của tất cả chư Phật, luôn thương yêu và cứu độ mọi chúng sinh. Khi chúng ta còn sống Phật Dược Sư thương yêu chỉ cho chúng ta cách sống khỏe mạnh. Khi chúng ta chết đi, ngài phát nguyện tiếp dẫn chúng ta về cõi Đông phương Tịnh Độ của ngài. Mười hai lời nguyện của ngài là con thuyền từ cứu giúp vô số chúng sinh vượt qua biển khổ. Bởi vậy, khi đọc bản kinh này, không riêng chúng ta mà Quốc sư Ngọc Lâm, một vị Quốc sư rất tinh thông kinh điển, đã bàng hoàng thảng thốt. Ngài nói, công hạnh của chư Phật mầu nhiệm vô lượng vô biên, diệu dụng và tha lực của Kinh Dược Sư thật sự mầu nhiệm.

Kinh Dược Sư căn bản đề cập về tha lực. Các giáo pháp khác thường đề cập đến tự lực. Tự lực như sức người chèo thuyền còn tha thực như cơn gió. Một mình chèo thuyền cũng sẽ cập bến nhưng nếu không có gió đẩy thì người chèo thuyền sẽ rất mệt mỏi, nếu ngược gió thì sẽ càng khó khăn hơn. Người tu Thiền được ví như ngược nước và ngược gió, còn người tu Tịnh độ thì thuận buồm xuôi gió. Đó là ý nghĩa tha lực.

Có nhiều người cho rằng mình tự tại trong sinh tử, có đầy đủ bản lĩnh sống trong cuộc đời, nhưng phải đối mặt với chướng ngại chúng ta mới biết sức mình tới đâu. Chúng ta có thực sự an lạc và giải thoát chưa? Chúng ta cần xem lại.

Kinh Dược Sư đề cập chính về tha lực và tự lực. Sức người chèo thuyền là quan trọng nhưng nếu thuận buồm xuôi gió thì sẽ cập bến nhanh hơn. Bản Kinh Dược Sư được ngài Huyền Trang[1] đời nhà Đường dịch từ tiếng Sanskrit sang chữ Hán (còn gọi là Hán cổ) vào năm 650. Bản kinh này được truyền bá khắp nơi. Tại Việt Nam, bản kinh này được Hòa thượng Huyền Dung quê tại Bình Định dịch sang tiếng Việt.

Với nhân duyên trở thành đệ tử của Ngài Bích Liên, một vị cao tăng cũng tinh thông về Nho giáo, uyên thâm về nhạc lý, Hòa thượng Huyền Dung học theo hạnh nguyện thầy tổ, phát nguyện dịch bản Kinh Dược Sư này sang tiếng Việt. Phần lớn Phật tử Việt Nam đều biết, đọc và tụng bản kinh này. Ngoài ra, còn có một bản dịch của ngài Trí Quang cũng rất tuyệt vời. Chúng ta có thể thấy bản Kinh Dược Sư được thuyết từ Đức Thích Ca Mâu Ni Phật, nhờ công đức của ngài Huyền Trang dịch từ tiếng Sanskrit sang tiếng Hán, Ngài Huyền Dung dịch từ tiếng Hán sang tiếng Việt, để hôm nay hàng Phật tử chúng ta có thể đọc tụng.

Trước khi hiểu nội dung của *Kinh Dược Sư Lưu Ly Quang Như Lai Bổn Nguyện Công Đức*, chúng ta cần hiểu ý nghĩa của chữ Kinh. Kinh có nghĩa là khế cơ, khế lý và khế thời. Khế cơ là hợp với căn cơ của mọi chúng sinh. Khế lý là phù hợp với chân lý, đạo lý. Khế thời là hợp với tất cả thời gian, hợp với tất cả thời điểm, thời đại. Ý nghĩa kinh điển sâu xa như vậy, nên chúng ta phải học kinh với sự chiêm nghiệm, suy xét thận trọng từng chữ, mới thấy được ý nghĩa lời dạy trong kinh.

---

[1] Theo Phật Quang Đại từ điển thì ngài Huyền Trang sinh năm 602 và mất năm 664. Cũng có thuyết khác cho rằng ngài sinh năm 600, nhưng về năm viên tịch thì giống nhau.

Trước tiên, chúng ta sẽ học từ tiêu đề, hiểu được ý nghĩa của tiêu đề trong kinh. Chữ kinh có ba nghĩa là *kinh, thằng mặc* và *tràng hoa*. Nghĩa *kinh* là con đường thẳng tắt, nghĩa là con đường ngắn nhất để đến đích. *Thằng mặc* là dây mực của người thợ mộc, nghĩa là chuẩn mực, khuôn mẫu để căn cứ vào đó có thể nhận ra và uốn nắn những chỗ sai lầm, không đúng chuẩn. *Tràng hoa* là ý nghĩa dẫn xuất từ chữ "quán kinh", nghĩa là xâu kết lại một cách xuyên suốt những lời dạy của chư Phật từ trước đến nay, cũng ví như kết lại một tràng hoa. Ngoài ra, chữ kinh còn có bốn nghĩa phụ là Quán, Nhiếp, Thường và Pháp.

"Dược Sư" là gì? Dược tức là thuốc, Sư là thầy, là thầy thuốc chữa tâm bệnh. Mọi bệnh của chúng sinh đều do tâm, do nghiệp, vì nhân quả luôn đi đôi với nhau. Ví như người làm nghề giết bò, cầm búa đập vào đầu con bò cho nó chết đi rồi mổ lấy thịt. Khi nghiệp xấu vì dùng búa đập đầu những con bò khiến cho chúng đau đớn chết đi dần chiêu cảm khiến ông ta phải chịu cảnh đau đầu, đi khám nhiều nơi nhưng không ra bệnh. Đây là giai đoạn sơ phát của nghiệp, nếu như nó chiêu cảm thành quả thật thì ông ta chắc chắn sẽ bị ung thư hoặc bị bướu. Chúng ta phải thấy tất cả mọi loại bệnh đều chiêu cảm từ nghiệp. Có những nghiệp sinh ra từ đời này, nhưng có những nghiệp thọ nhận từ nhân đã tạo nhiều đời trước, không phải đời này mình không làm thì không phải chịu hậu quả.

Đức Phật Dược Sư là vị thầy chỉ cho chúng sinh con đường thoát khỏi bệnh tật, đau khổ, ngài không những chỉ cho chúng ta thoát khỏi sinh tử luân hồi, ra khỏi con đường bệnh tật mà còn cứu chữa bệnh cho chúng ta, ở cả hai bệnh sự và lý. Về mặt lý chúng ta sẽ giải thoát sinh tử khổ đau, về mặt sự chúng ta sẽ chiêu cảm bớt bệnh tật. Nhiều người đã cảm nhận được sự nhiệm mầu của Kinh Dược Sư khi bị bệnh tật. Vì vậy chúng ta nên phát tâm tụng Kinh Dược Sư, hay gọi đầy đủ là Kinh Dược Sư Lưu Ly Quang Như Lai Bổn Nguyện Công Đức, đặc biệt là những người đang bị bệnh.

Lưu ly là gì? Lưu ly là trong sáng, là sáng sạch. Quang là ánh sáng. Như Lai là một trong mười danh hiệu của một vị Phật.

Kinh văn

"Ta nghe như vầy: Một thuở nọ, đức Bạc Già Phạm đi châu du giáo hóa các nước, đến thành Quảng Nghiêm, ở nghỉ dưới cây Nhạc Âm cùng với tám ngàn vị Đại Bí Sô, ba vạn sáu ngàn vị Đại Bồ tát, các hàng Quốc Vương, đại thần, bà la môn, các hàng cư sĩ, thiên long bát bộ cùng nhân, phi nhân, cả thảy đại chúng nhiều vô lượng, đồng vây quanh Phật cung kính thỉnh Ngài thuyết pháp."

Trước khi đức Thế Tôn Niết Bàn, ai cũng khổ đau và trầm thống trước những mất mát chia ly. Ngài A Na Luật là vị chứng thiên nhãn đệ nhất trong hàng thập đại đệ tử của Phật. Ngài nhìn thấy cần phải kết tập kinh điển để lưu truyền cho hậu thế vì những gì Đức Phật chỉ dạy đều là văn truyền miệng. Nếu như Đức Phật Niết bàn thì lời dạy của ngài sẽ bị tam sao thất bản [truyền đạt đến lần thứ 3 sẽ không mất hết bản gốc], không đúng lời dạy của ngài, đệ tử đời sau sẽ bị nguy hiểm. Vì vậy phải kết tập kinh điển để lưu truyền cho hậu thế, bảo vệ giáo pháp và làm lợi ích cho trời, người trong đời tương lai. Đức Phật từng dạy rằng: *"Thà sống được một ngày mà thấy được lý sinh diệt, còn hơn sống một trăm năm mà không thấy nó vậy."* Thế nhưng, sau khi ngài Niết bàn, có một vị thầy học nhầm và dạy chú tiểu học trò của mình rằng: *"Thà sống được một ngày mà thấy được con hạc già, còn hơn sống một trăm năm mà không thấy nó vậy.*" Chú tiểu nghe lời thầy nên học thuộc lời dạy đó.

Đức Phật Niết Bàn đã truyền y bát cho ngài Ma Ha Ca Diếp, sau đó ngài A Nan là vị thứ hai kế thừa. Ngài A Nan đi khất thực nghe biết được việc này. Ngài nói không phải vậy, đức Thế Tôn dạy rằng: "Thà sống một ngày mà thấy được được lý sinh diệt còn hơn sống một trăm năm mà không thấy nó vậy." Chỉ cần sống một ngày thôi mà mình thấy được chân lý thì mình vĩnh viễn giải thoát khỏi sinh tử khổ đau. Người học trò tin thầy của mình và về thưa lại với thầy, tại sao Tổ A Nan nói như vậy? Vị thầy nói đệ tử hãy nghe lời ta, đừng nghe lời Tổ A Nan, Tổ A Nan đã già nên nhầm lẫn. Vì vậy, việc kết tập kinh điển là cần thiết. Nhưng khi kết tập kinh điển thì lấy chữ gì đầu tiên để trong các bộ kinh? Ngài A Na Luật nhắc ngài A Nan thưa hỏi Đức Phật, Đức Phật dạy rằng, hãy lấy chữ "Như thị ngã văn" để minh định giáo lý của Đức Phật là giáo lý trung đạo, giáo lý tùy duyên, vượt lên trên mọi ngã chấp thường tình của thế gian.

Đức Phật cao 1m83, ngài A Nan cao 1m81, tướng của ngài A Nan đẹp gần ngang với Phật. Phật có 32 tướng tốt, ngài A Nan có 30 tướng tốt và cũng là anh em cùng trong một dòng họ, vì vậy có nhiều nét giống nhau. Từ sự nhung nhớ Đức Phật và thấy oai nghi trang nghiêm của Ngài A Nan nên khi Tôn giả A Nan bước lên trên pháp tòa nói lại kinh điển, đại chúng hoang mang, không biết Đức Phật đã Niết bàn hay chưa? Tại sao lại có một vị giống với Đức Phật và nói lời giống ngài đến vậy? Hay là Đức Phật ở trong cõi khác đến đây để nói lại kinh cho đại chúng nghe. Vì thế, ngài A Nan nói rằng "Như thị ngã văn" [Tôi nghe như vậy] để khẳng định với đại chúng, tôi là A Nan, giúp họ hết hoài nghi và trở về với sự thanh tịnh, thanh tịnh là điều quan trọng nhất ở sự kết tập. 500 vị A La Hán thiếu một vị thanh tịnh cũng không được, một người không thanh tịnh thì giáo pháp không thành tựu. Tôn giả A Nan chứng A La Hán trong sự thành tựu, ngài đã nói lại ba lần tất cả những lời của Đức Phật dạy trong suốt 45 năm theo quan điểm của Nam Tông và 49 năm theo quan điểm của Bắc Tông. Đại chúng lúc bấy giờ mới chấp nhận và tin tưởng lời của Tôn giả A Nan nói không sai với lời của Đức Phật nói.

Chính ngài A Nan nghe lời dạy của Đức Phật, không phải nghe từ một ai khác nên ngài nói: "Ta nghe". Vậy khi Đức Phật thành đạo nhưng ngài A Nan chưa xuất gia thì làm sao ngài biết được?

Trước khi trở thành thị giả của Đức Phật, ngài A Nan đã thỉnh cầu Đức Phật nói lại cho Ngài nghe những lời dạy của Đức Phật trước đó, để khi có người hỏi ngài sẽ biết trả lời cho rõ ràng. Vì vậy mà tất cả kinh điển đức Thế Tôn đã dạy ở đâu mà chưa nói cho ngài A Nan thì đều được nói lại cho ngài. *"Phật pháp như đại hải, lưu nhập A Nan tâm."* Đó là câu mà ngài Văn Thù Sư Lợi tặng cho Tôn giả A Nan, vì tất cả lời Đức Phật nói ra ngài A Nan không bỏ sót một chữ, giống như đại dương Phật pháp rót vào tâm ngài A Nan không mất một giọt. Ngài A Nan có một trí nhớ đặc biệt, nhờ đó mà ngài tụng lại kinh điển của Đức Phật ba lần, đại chúng nghe đều xác nhận không sai với lời Phật nói.

Chữ *"như thị ngã văn"* ra đời từ nhân duyên đó. "Như" là như vậy, như là động và thị là tĩnh, như thị là như vậy. Ở trên thế gian có hai pháp là động và tĩnh, nói hoặc nín, đi hoặc đứng, sinh hoặc diệt, hai pháp đó là hai pháp khả tín, đáng tin, thấu suốt được chân lý của sự vật và hiện tượng. Mọi sự vật, hiện tượng trên thế gian chỉ là hiện tượng sinh sinh diệt diệt, động động, tĩnh tĩnh. Người thấy được nguyên lý sinh diệt sẽ trở lại soi chiếu lòng mình, thấy được chân tướng vô ngã sẽ biết đâu là đau khổ, đâu là Niết bàn.

Ngài A Nan nói rằng *"ta nghe như vầy"*. Ngài là bậc chứng A La Hán, việc đầu tiên của chứng A La Hán là phá ngã, không còn chấp ngã. Vậy tại sao ngài xưng là ta, xưng ta có phải là còn ngã? Xưng ta ở đây được hiểu là phương tiện, giống như những điều cao siêu nhất của Phật giáo, là vô ngôn ngữ, vô hình tướng. Nhưng nếu không có hình tướng và ngôn ngữ, chúng ta khó có thể tư duy, suy nghĩ. Vì vậy, phải có hình tướng, Đức Phật phải nói kinh có chữ là như vậy. Chữ "nghe" rất là tuyệt vời. Nghe âm thanh, tiếng động, tiếng nói. Âm thanh có thương có ghét có nộ nạt, có hỷ, nộ, ái, ố, ai, lạc, cụ, đó là âm thanh. Hỷ là vui vẻ, nói dễ thương, nộ lên nói dễ ghét. Ái (yêu) thì nói mặn mà. Còn ố (ghét) thì nói lời chê bai chỉ trích. Chữ "ai" là nói trong sự buồn đau. Lạc là nói trong an lạc, thanh tịnh. Cụ là nói trong sự sợ hãi. Những âm thanh hỷ, nộ, ái, ố, ai, lạc, cụ sẽ khiến mình hỷ nộ ái ố theo.

Đây là một điểm tu chứng rất quan trọng. Nếu như chúng ta nhận thức được tất cả lời nói chỉ là âm thanh thì trong tâm chúng ta sẽ khác. Còn nếu như chúng ta chấp vào lời nói, chúng ta sẽ khổ. Tiếng nói thương yêu ai cũng thích, tiếng chửi bới sẽ gây phiền não. Người ta thích mình vui người ta khen, người ta thích mình buồn người ta chê. Như vậy, niềm vui nỗi buồn của mình do người khác làm chủ. Suy nghĩ vậy để thấy chúng ta ngu dại, nghe âm thanh, tiếng động nhưng lại không nghe chính lòng mình, đây là điều quan trọng nhất. Ngồi im xuống nghe lại lòng mình, để biết nó muốn gì, nó đang như thế nào và bóng dáng của nó ra sao. Hình tướng bên trong nó là gì? "Buồn" mặt mũi nó như thế nào? "Chán đời" mặt mũi ra làm sao?

Mệt mỏi, đau đớn ở chỗ nào? Chân tướng của sự đau khổ ở đâu? Nhìn thật sâu, thật lâu sẽ thấy tất cả là không có, khi không thấy nó là nó mất, quay lưng với nó, nó hiện ở sau lưng mình. Tu là ở chỗ đó, đây là những trải nghiệm của tâm linh nên khi chúng ta buồn, chán, thất vọng, hãy ngồi im xuống và lắng nghe lòng mình. Khi nhận ra nghe không có gì hết thì lúc bấy giờ chúng ta đã vượt lên trên cái nghe âm thanh, nghe tiếng động, tiếng nói, vượt lên trên tất cả. Khi đã vượt lên trên tất cả, chúng ta sẽ đi vào nghe viên âm, viên thông, đó là cái nghe của bậc thánh. Cái nghe đó mới là cái nghe của tự tính, nghe thường hằng, nghe từ thân của chúng ta đã có sẵn rồi nhưng chúng ta không chịu sống với nó. Ngài A Nan nghe bằng tự tính nghe cho nên ngài ghi nhớ tất cả một cách đầy đủ.

Chúng sinh có nghiệp trong nhiều đời nhiều kiếp. Chúng ta nghiệm lại mình giống như gã cùng tử lang thang, cứ làm kẻ ăn mày mà không biết lấy viên ngọc Phật pháp ra dùng. Chúng ta phải nhìn lại tâm mình. Ai hay nóng giận, sân si thì chúng ta phải biết phước mình mỏng, lực mình yếu nên dễ bị sự nóng giận sân si đó tác động và chiêu cảm. Nếu chúng ta có nhiều phước nhiều lực thì không thứ gì dễ làm cho chúng ta giận. Trong một thời gian thiền định ngắn, sức thiền định của thái tử Tất Đạt Đa ngang với hai vị A La Ra (Ālāra Kālāma) và Uất Đầu Lam Phất (Uddaka Rāmaputta). Hai vị ấy nói rằng: *"Thầy ta cũng biết như vậy, nay ngươi cũng biết như vậy cho nên nay ta mời ngươi ngồi với ta cùng lo việc Tăng sự, ta sẽ đối xử giữa ta với ngươi ngang nhau."* Mặc dù là ngoại đạo nhưng A La Ra và Uất Đầu Lam Phất đã biết rõ và xác nhận, dù mới học mấy ngày nhưng kết quả của người học trò này ngang bằng với mình. Chúng ta đừng bao giờ nghe thấy người ngoại đạo mà coi thường, chúng ta phải coi lại chính mình. Tâm chúng ta rách nát, cái áo chúng ta đã rách hết thì chúng ta phải cố gắng vá lại, vá từng thiện căn, vá từ sáu giác quan mắt, tai, mũi, lưỡi, thân và ý thức. Vá từ lục căn trước, từ thu thúc lục căn và thêm chữ "Thủ Tâm", nghĩa là mình đề phòng, phòng thủ những sai trái trong nội tâm của mình. Chúng ta phải phòng thủ chắc chắn suốt ngày, suốt đêm nếu không nó sẽ gây loạn. Ngồi thiền, tụng kinh chính là mình đã phòng thủ.

"Tôi nghe như vậy, một thuở nọ, Đức Bạc Già Phạm", Tôn giả A Nan không nói rõ thời gian. Bạc Già Phạm (薄伽梵) phiên âm từ tiếng Phạn Bhagavat, là một trong mười danh hiệu của đức Phật, cũng chính là danh hiệu Thế Tôn mà chúng ta thường được nghe. Danh hiệu này có 6 nghĩa, thứ nhất là cát tường, thứ hai là tự tại, thứ ba là ly dục, thứ tư là chính nghĩa, thứ năm là danh xưng, thứ sáu là giải thoát.

Nghĩa thứ nhất của Bạc Già Phạm là cát tường, sự mát mẻ, an lành. Nghĩa thứ hai là tự tại ở trong tất cả mọi nẻo đường sinh tử. Nghĩa thứ ba là ly dục, vì Phật bậc ly dục đệ nhất. Đức Phật nói, ai ly dục được người đó sống trong núi rừng cũng không sợ hãi. Người chưa ly dục sẽ thấy mình còn đau khổ. Chúng ta nghĩ rằng mình không muốn gì hết nhưng thực ra ở trong lòng thì lại muốn. Cái muốn len lỏi trong lòng của mình. Chúng ta nói mình không muốn cái xe, nhưng mà mình muốn chỗ yên ổn. Chúng ta đói bụng và thấy phiền não thì đó là vì chúng ta đã muốn ăn nhưng không được ăn. Chúng ta khát nước và cảm thấy bức bách là vì mình muốn uống nước. Vẫn còn cái muốn thì chưa phải là bậc ly dục. Ly dục thì ở đâu cũng an lạc, mà còn dục là còn khổ đau. Đức Phật là bậc ly dục.

Nghĩa thứ tư của Bạc Già Phạm là chính nghĩa. Trong thế gian, người ta hay tranh biện với nhau để dành chính nghĩa nhưng đó thường không phải là chính nghĩa. Người ta tranh biện, cố làm cho người khác thấy giống như là chính nghĩa, bởi vì tâm mê lầm của chúng sinh. Người ta lợi dụng sự mê lầm đó. Nếu một người có hiểu biết chân chánh thì người ta không thể che đậy, lừa dối được. Đức Phật không giống như vậy, những lời ngài thuyết dạy luôn luôn là chính nghĩa, khiến cho mọi người trong thế gian đều noi theo. Nghĩa thứ năm là danh xưng, nghĩa là danh hiệu Phật khiến tất cả thế gian đều tôn kính, nên cũng tôn xưng ngài là đức Thế Tôn. Nghĩa thứ sáu là giải thoát, vì Phật là bậc giải thoát hoàn toàn, rốt ráo.

Do chữ Bạc Già Phạm có sáu nghĩa như trên nên ngài Huyền Dung không Việt dịch, mà để nguyên âm đọc là "Bạc Già Phạm" (Bhagavat). Nếu chỉ dùng một nghĩa để dịch thì mất năm nghĩa còn lại, cho nên ngài giữ nguyên chữ "Bạc Già Phạm". Đức Bạc Già Phạm là chỉ cho *chủ thành tựu*, nghĩa là vị chủ nhân, người nói ra kinh này.

"Đức Bạc Già Phạm đi châu du giáo hóa các nước", điều này thể hiện một giáo lý trung đạo. Chúng ta học theo giáo lý và giới luật của Phật thì sẽ dung chứa tất cả chúng sinh trong pháp giới, không riêng vì một quốc độ nào. Cho nên đức Phật đi giáo hóa ở mọi quốc độ, đến nơi nào cũng được vua quan nơi đó đều kính trọng. Vì vậy, kinh văn nói là ngài đi châu du giáo hóa các nước.

"Đến thành Quảng Nghiêm nghỉ dưới cây Nhạc Âm", cây nhạc âm này gió thổi qua phát ra âm thanh du dương như tiếng nhạc khiến người ta rất thích, nên gọi là cây tiếng nhạc. Nhạc âm là âm thanh như tiếng nhạc. *"Cùng với tám ngàn vị Đại Bí Sô"*, Bí Sô là đọc trại từ chữ Bị Sô (備芻), cũng đọc là Bật Sô (苾蒭), cũng đọc là Tỷ Khâu (比丘) hay Tỳ Kheo, đều là phiên âm với từ chữ bhikṣu trong tiếng Phạn. Đại Bí Sô tức là vị đại tỳ kheo. *"Ba vạn sáu*

ngàn vị đại Bồ tát", do chữ ma-ha (maha) nghĩa là đại, là lớn, nên đại Bồ tát cũng gọi là Bồ Tát Ma-ha-tát. *"Các hàng Quốc vương đại thần, Bà la môn, các hàng cư sĩ"*, mặc dù đất nước của ai người đó ở, họ có những mâu thuẫn về chính trị, nhưng ở trong giáo pháp thì họ đều là thính chúng. Đó là một điều rất tuyệt vời trong Phật pháp. Họ ngồi chung với nhau để học chung một giáo pháp mà không có mâu thuẫn với nhau. Các vị đại thần, các vị quan, các vị Bà la môn, các hàng cư sĩ, *"thiên long bát bộ, nhân và phi nhân"*. Ở trong hội chúng của Pháp hội Dược Sư đầy đủ hết, như là bát bộ chúng, Trời, Rồng, Dạ Xoa, Càn Thát Bà, A Tu La, Ca Lầu Na, Khẩn Na La, Ma Hầu La Già, thường gọi chung là Thiên long bát bộ, vì gồm có tám bộ chúng mà trong đó chư thiên và loài rồng được xem là tiêu biểu. Lại có đủ *"nhân, phi nhân"* (người và loài chẳng phải người). Tất cả đại chúng như vậy đều cung kính chờ nghe lời Phật dạy.

Kinh văn

"Lúc bấy giờ, ông Mạn Thù Thất Lợi pháp vương tử nhờ oai thần của Phật, từ chỗ ngồi đứng dậy, vén y để bày vai bên hữu và gối bên mặt quỳ sát đất, khép nép chắp tay hướng về phía Phật bạch rằng."

Trong pháp hội Dược Sư có đủ mọi thành phần. Mạn Thù Thất Lợi chính là ngài Văn Thù Sư Lợi, là đệ tử của đấng Pháp vương. Đấng Pháp vương chính là Đức Phật, đệ tử của Phật gọi là pháp vương tử. Ngoài ra, Đức Phật còn được gọi là đấng sư tử hống vì người ta tôn xưng lời của Phật, tiếng giảng của Phật oai hùng như sư tử hống, khi nghe không còn lo sợ điều gì. Âm vang của Đức Phật như tiếng sư tử hống, một tiếng hống oai hùng khiến cho các tâm ma đều khiếp sợ, né tránh.

Ngài Mạn Thù Thất Lợi là một đệ tử lớn của Đức Phật, có đầy đủ sự thanh tịnh ở thân, khẩu và ý. Thân là cung kính, trịch áo bày vai hữu, gối hữu quỳ xuống đất khép nép thể hiện sự cung kính. Chắp tay trang nghiêm, làm cho tâm ý thâu nhiếp thanh tịnh và bạch Phật tức là khẩu thanh tịnh. Đứng trước Đức Phật chúng ta chắp tay, thả tay hay chắp tay sau lưng, mỗi trạng thái đều thể hiện một tâm thức khác nhau, vậy nên việc chắp tay rất quan trọng. "Chắp tay cung kính và bạch Phật rằng", ở trong câu này đã thể hiện đầy đủ sự thanh tịnh của thân, khẩu và ý. Có sự thanh tịnh thì lời nói trở nên đúng đắn, chuẩn xác, khiến ai ai cũng kính trọng, muốn nghe. Còn nếu không có sự thanh tịnh thì lời nói được nói ra là vì tham, sân, si, vì ngã mạn và nghi ngờ.

Ngài Văn Thù Sư Lợi là vị đại diện cho trí tuệ đệ nhất trong hàng Bồ tát. Tôn giả Xá Lợi Phất là một vị trí tuệ đệ nhất ở trong hàng Thanh văn. Tượng của ngài Văn Thù Sư Lợi luôn cầm thanh gươm, đó là thanh gươm trí tuệ chặt đứt mọi trói buộc, xiềng xích của phiền não.

Chúng ta học pháp với tâm sáng suốt trí tuệ giống như ngài và lắng nghe như tâm ngài thì chúng ta sẽ lĩnh hội ngay lập tức, còn nếu chúng ta học với tâm buông thả phân tán thì rất khó lĩnh hội. Vậy nên phải nghe bằng tâm thanh tịnh, cung kính, chúng ta sẽ lĩnh hội giáo pháp một cách triệt để. Giống như ngài Văn Thù, đầu tiên ngài khởi tâm thanh tịnh để nghe pháp, để thưa thỉnh. Chúng ta nên bắt chước tâm như ngài để tụng đọc bản kinh này. Nếu tâm chưa thanh tịnh thì phải ngồi yên một chút, để tâm lắng xuống rồi bắt đầu chúng ta khởi tâm hành trì kinh sẽ có tác dụng, còn nếu như tâm chao đảo thì việc hành trì không có kết quả.

Kinh văn

"Bạch Đức Thế Tôn, cúi mong Ngài nói rõ những danh hiệu, những bổn nguyện rộng lớn cùng những công đức thù thắng của chư Phật, để cho những người đang nghe pháp, nghiệp chướng tiêu trừ và để cho chúng hữu tình ở đời tượng pháp được nhiều lợi lạc về sau."

Bản kinh này nói về bổn nguyện của Đức Phật Dược Sư, bổn nguyện rộng lớn cùng công đức thù thắng của Đức Phật khiến những người đang nghe pháp cũng có công đức. Khi chúng ta nghe giảng, chúng ta lạy và tụng Kinh Dược Sư, chúng ta hiểu ý nghĩa là chúng ta đã ở trong pháp hội Dược Sư và nghiệp chướng đã được tiêu trừ. Còn nếu chúng ta không hiểu thì nghiệp chướng còn nguyên. Tại sao nói "Chúng hữu tình ở đời tượng pháp"? Sau khi Đức Phật nhập Niết bàn, vào thời đại nào mà Giáo pháp do ngài truyền dạy vẫn còn được gìn giữ lưu truyền nguyên vẹn thì gọi là thời chánh pháp trụ thế. Sau đó, khi Giáo pháp tuy vẫn còn được lưu truyền nhưng không còn nguyên vẹn, chỉ tương tợ như những gì đã được Phật thuyết thì gọi là thời tượng pháp. Bởi vì Giáo pháp khi ấy chỉ còn mường tượng giống với chánh pháp nhưng không thực sự hoàn toàn là chánh pháp.

Kinh văn

Đức Thế Tôn khen ông Mạn Thù Thất Lợi đồng tử rằng: "Hay thay! Hay thay! Mạn Thù Thất Lợi! Ngươi lấy lòng đại bi yêu cầu Ta nói những danh hiệu và bổn nguyện công đức của chư Phật là vì muốn cho chúng hữu tình khỏi bị nghiệp chướng ràng buộc, lợi ích an vui, trong đời tượng pháp về sau. Nay ngươi nên lóng nghe và suy nghĩ kỹ, Ta sẽ vì ông mà nói."

Ông Mạn Thù Thất Lợi bạch rằng: "Dạ, mong Thế Tôn nói, chúng con xin nghe".

Ngoài danh xưng Pháp vương tử, ngài Mạn Thù Thất Lợi còn được gọi là đồng tử, ví như một đứa trẻ có tâm hồn trong sáng, sạch sẽ và thanh tịnh, không có dụng ý nào khác, không có bóng dáng của ngã chấp.

II. CHÁNH BÁO DƯỢC SƯ

Đức Thế Tôn khen ngài Mạn Thù Thất Lợi đồng tử vì trong ngài Mạn Thù Thất Lợi có sự thanh tịnh của một đứa trẻ, một tâm hồn trong sáng, vô tư. Đây là điều quan trọng đối với bất kỳ ai bước đến với đạo. Chúng ta mang lòng chứa ngã chấp đi vào đạo thì chắc chắn sẽ không vào được. Trong đạo Phật, chúng ta hay nói đến cửa không, chính là cửa thiền, là thâm nhập tuệ giác Bát nhã. Bước vào cửa không, chúng ta không thể mang bất cứ một hành lý nào.

Mang một hành lý của ngã chấp, của điên đảo hay bằng cấp, học vị, tài sản, tuổi tác, sang hèn, vinh nhục thì chắc chắn sẽ bị mắc kẹt, ra ngoài cửa đạo là cửa thị phi, điên đảo của phàm tình thế nhân. Chúng ta đi vào trong cửa đạo, tâm mình vô tư như một đứa trẻ thì sẽ lĩnh hội Phật pháp tuyệt vời.

Chúng ta thành tâm, thân, khẩu, ý niệm Nam mô Quán Thế Âm Bồ tát, Nam mô Dược Sư Lưu Ly Quang Vương Phật thì ngay lúc đó Quán Thế Âm Bồ tát hay Phật Dược Sư chính là chúng ta. Khi niệm, tâm ta hoàn toàn không có vọng tưởng, toàn tâm ta chỉ có Phật và Bồ tát, lúc đó ta đã chính là Phật là Bồ tát, ngay tức khắc ta đã có sự an lạc trong giá trị sự sống, có tâm hồn của một đứa trẻ đầy lòng từ bi, không có phân biệt.

Ở đời có nhiều người tài, nhưng người tài muốn trở nên thực sự hữu ích thì phải có đại bi, có trí tuệ để nhận thức được sự đau khổ của người khác. Cái trí đi chiếm đoạt sở hữu của người khác, không có đại bi thì đó là ác trí, không phải đại trí. Vậy muốn có lòng đại bi, trước tiên phải nhận hiểu những đau khổ của người xung quanh, thấy đau khổ của người khác chúng ta sẽ thấy đau khổ của mình không bằng người ta. Người ta khổ hơn mình, mình có hạnh phúc hơn và mình cần làm cái gì đó để cứu vớt người ta bớt đau khổ, lúc đó mình đã phát được lòng đại bi.

Đức Phật khen ngài Văn Thù Sư Lợi Bồ tát đã lấy lòng đại bi cầu Đức Phật nói ra bổn nguyện công đức của các Đức Phật để cho tất cả chúng sinh khỏi bị nghiệp chướng ràng buộc. Nghiệp chướng ràng buộc này do chính chúng ta tự tạo ra.

Kinh văn

Phật bảo ông Mạn Thù Thất Lợi: "Ở phương Đông, cách đây hơn mười căng-dà sa cõi Phật có một thế giới tên là Tịnh Lưu Ly."

Lời dạy này khiến chúng ta nhớ đến câu chuyện bà hoàng hậu Vi Đề Hy sau khi chứng kiến cảnh con trai mình là A Xà Thế giết vua cha là Tần-bà-sa-la, bà đau khổ vô cùng. Bà đến than khóc với Đức Phật và bạch hỏi do nhân duyên gì mà Phật có nghịch duyên với Điều Đạt tức Đề Bà Đạt Đa, còn bà đã kết duyên gì mà sinh ra một đứa con ngỗ nghịch giết cha như vậy. Bà rất đau khổ, bà không muốn chứng kiến cảnh chém giết, bất hiếu, ngỗ nghịch ở thế gian này. Bà muốn sinh về một thế giới an lành, không có đau khổ, không có sự bội bạc, không có ganh ty, hãm hại lẫn nhau, đó là một cảnh giới sung sướng.

Lúc bấy giờ, Đức Phật dùng thần lực cho bà thấy mười phương cõi Phật thanh tịnh như thế nào. *Hoặc có quốc độ thất bửu hiệp thành. Hoặc có quốc độ thuần là liên hoa. Lại có quốc độ như tự tại Thiên cung. Lại có quốc độ như gương pha lê. Có vô lượng quốc độ chư Phật như vậy.*[1] Bà Vi Đề Hy tuy thấy có nhiều cõi đẹp tuyệt vời, nhưng cuối cùng bà lựa chọn cõi Tây Phương Cực Lạc của Đức Phật A Di Đà.

Trong các quốc độ của chư Phật như thế, có cõi Tịnh Lưu Ly của Đức Phật Dược Sư *"cách đây hơn mười căn dà sa cõi Phật"*. Ngài Huyền Dung dùng chữ căn dà sa cũng tức là Hằng ha sa. Hằng hà là con sông Hằng, sa là cát, ý nói đến tất cả cát trong con sông Hằng. Đây là một cách nói so sánh thường gặp trong kinh Phật để nói về những số lượng rất nhiều. Ở đây hàm ý rằng mỗi hạt cát là một cõi Phật, có bao nhiêu hạt cát trong sông Hằng là bấy nhiêu cõi Phật. Vượt qua chừng ấy cõi Phật về phương đông sẽ gặp cõi nước của Đức Phật Dược Sư.

Trên phương diện không gian chúng ta có thể thấy đây là một cõi nước rất xa, nhưng kinh Phật có nói *"nhất niệm thông tam giới"*, (trong một ý niệm có thể thông suốt trong ba cõi, Dục giới, Sắc giới và Vô sắc giới). Do vậy chỉ cần có sự hướng tâm đủ mạnh trong một ý niệm thì bất kỳ cảnh giới nào cũng có thể hiện ra đầy đủ trước mắt ta, không bị không gian, thời gian ngăn cách. *"Nhất niệm thông tam giới"* cũng có thể chiêu cảm hành giả thẳng tới cõi Cực Lạc Tây Phương. Vì thế, cho dù là khoảng cách *"mười vạn ức cõi Phật"* như cõi Cực Lạc của đức Phật A-di-đà hay *"mười Hằng hà sa cõi Phật"* như cõi Tịnh Lưu Ly của đức Phật Dược Sư thì đối với tâm thức của người tu tập cũng đều không phải là xa. Cõi nước tên *"Tịnh Lưu Ly"*, Tịnh là sạch sẽ, thanh tịnh, Lưu ly là trong sáng. Đây là một quốc độ thanh tịnh, trong sáng, không giống như quốc độ của chúng ta. Đức Phật vẫn ở quốc độ này, nhưng Đức Phật sống trong sự thanh tịnh.

---

[1] Theo kinh Quán Vô Lượng Thọ Phật, bản Việt dịch của Hòa thượng Thích Trí Tịnh.

Trong kinh Duy-ma-cật, ngài Xá Lợi Phất có lần thắc mắc không hiểu đức Thế Tôn Thích-ca Mâu-ni khi còn là Bồ Tát đã tu tập như thế nào mà nay quốc độ của ngài là cõi Ta-bà này không được thanh tịnh như cõi nước của nhiều đức Phật khác. Kinh văn chép rằng:

> "Phật biết được ý nghĩ ấy, bảo Xá-lợi-phất rằng: 'Ý ông thế nào, mặt trời, mặt trăng há chẳng sáng hay sao mà kẻ mù chẳng thấy hai vầng ấy?'"

> "Xá-lợi-phất thưa: 'Thế Tôn! Chẳng phải vậy. Đó là lỗi ở kẻ mù, chẳng phải lỗi ở mặt trời, mặt trăng.'"

> "Xá-lợi-phất! Do tội của chúng sinh, nên họ chẳng thấy quốc độ của Như Lai trang nghiêm thanh tịnh, chẳng phải lỗi của Như Lai. Xá-lợi-phất! Cõi đất này của ta là thanh tịnh, nhưng ông chẳng thấy được như vậy.'"

> "Lúc ấy, Phạm Vương Loa Kế bảo Xá-lợi-phất: 'Đừng nghĩ như vậy, đừng cho rằng cõi Phật này là không thanh tịnh. Vì sao vậy? Ta thấy rằng cõi Phật của đức Thích-ca Mâu-ni là thanh tịnh như cung trời Tự tại.'"

> "Xá-lợi-phất nói: 'Tôi chỉ thấy cõi này toàn là gò nổng, hầm hố, gai gốc, sỏi sạn, núi đất, núi đá, dẫy đầy mọi nhơ nhớp xấu xa.'"

> "Phạm Vương Loa Kế nói: 'Lòng của nhân giả có cao thấp, chẳng y theo trí huệ Phật. Vậy nên ông thấy cõi này là không thanh tịnh. Xá-lợi-phất! Bồ Tát giữ lẽ bình đẳng đối với tất cả chúng sinh, lòng dạ sâu vững thanh tịnh, y theo trí huệ Phật, ắt thấy cõi Phật này là thanh tịnh.'"

> "Lúc ấy, Phật dùng ngón chân mà nhấn xuống đất. Tức thời, cõi thế giới tam thiên đại thiên này được

nghiêm sức bởi trăm ngàn thứ trân bảo, cũng giống như cõi vô lượng công đức trang nghiêm của đức Phật Bảo Trang Nghiêm. Tất cả đại chúng đều khen rằng: 'Chưa từng có!' Và ai nấy đều tự thấy mình được ngồi trên tòa sen báu.

"Phật hỏi Xá-lợi-phất: 'Ông nhìn thấy cõi Phật trang nghiêm thanh tịnh rồi chứ?'

"Xá-lợi-phất bạch rằng: 'Dạ, Thế Tôn! Từ trước con chưa từng được thấy, chưa từng được nghe như thế này. Nay, quốc độ nghiêm tịnh của Phật đã hiện.'

"Phật bảo Xá-lợi-phất: 'Cõi Phật của ta thường thanh tịnh như vậy. Nhưng vì muốn độ những kẻ thấp kém ở đây, cho nên ta thị hiện ra cõi bất tịnh với mọi thứ nhơ xấu. Ví như chư thiên cùng ăn cơm đựng trong chén bát quý báu, nhưng tùy theo phước đức của họ mà hình sắc của cơm có khác. Xá-lợi-phất! Cũng vậy đó, nếu lòng người ta tịnh, liền thấy được những công đức trang nghiêm của cõi này.'"[1]

Cho nên chúng ta biết được rằng, sự tu tập thanh lọc tâm thức là quan trọng nhất. Một khi tâm mình thanh tịnh thì đối với hết thảy mọi cõi Phật đều có thể nhìn thấy là thanh tịnh.

Kinh văn

"Đức giáo chủ cõi ấy hiệu là Dược Sư Lưu Ly Quang Như Lai Ứng Chánh Đẳng Giác, Minh hạnh viên mãn, Thiện thệ, Thế gian giải, Vô thượng sĩ, Điều ngự trượng phu, Thiên nhơn sư, Phật Bạc Già Phạm."

---

[1] Kinh Duy-ma-cật, Đoàn Trung Còn và Nguyễn Minh Tiến Việt dịch, NXB Tôn giáo, Hà Nội, 2015.

Kinh Kim Cang nói: *"Vô sở tùng lai, diệc vô sở khứ, cố danh Như Lai."* Bậc giải thoát rốt ráo không từ đâu đến, cũng không đi về đâu, đó gọi là Như Lai. Thần lực của Đức Phật chiêu cảm mọi quốc độ, cũng như hư không bao trùm khắp pháp giới. Tất cả mọi thứ cựa quậy hư không đều nhận biết, giống như tâm của Phật trùm khắp pháp giới, chỉ cần chúng sinh khởi tâm cầu thì ngài chiêu cảm và ứng nghiệm. Ngài được gọi là Như Lai vì pháp thân huệ mạng của ngài không đi không đến, bao trùm khắp pháp giới. Đây là nguyên lý của Bát nhã, chúng ta cần hiểu rõ để tránh nhầm lẫn.

Trong kinh Duy-ma-cật, phẩm Đệ tử, ngài A-nan kể lại với đức Phật về một lần tiếp xúc với cư sĩ Duy-ma-cật như sau:

> *"A-nan bạch Phật rằng: "Bạch Thế Tôn! ...Con còn nhớ lúc trước, thân Thế Tôn có chút bệnh cần dùng sữa bò. Con liền ôm bát, đến đứng ở cửa nhà một người bà-la-môn. Bấy giờ, Duy-ma-cật đến hỏi con rằng: 'Dạ, thưa ngài A-nan! Tại sao sáng sớm ngài đã ôm bát đứng đó?' Con đáp rằng: 'Cư sĩ, thân Thế Tôn có chút bệnh, cần dùng sữa bò, cho nên tôi lại đây.'*
>
> *"Duy-ma-cật nói: 'Thôi, thôi, A-nan! Đừng thốt ra lời ấy! Thân Như Lai là thể kim cang, đã dứt hết mọi điều dữ, tụ hội mọi điều lành. Làm sao có bệnh? Làm sao có não? Hãy im lặng mà đi, A-nan! Đừng bêu xấu Như Lai. Đừng cho kẻ lạ nghe lời thô thiển ấy. Đừng để chư thiên đại oai đức cùng chư Bồ Tát các cõi Tịnh độ phương khác đến đây nghe được lời ấy. A-nan! Bậc Chuyển luân Thánh vương nhờ phước ít mà còn không có bệnh. Huống chi Như Lai, vô lượng phước hội, hơn khắp mọi*

người! Đi đi, A-nan! Đừng để chúng tôi mang điều sỉ nhục ấy. Các thầy ngoại đạo nếu nghe được lời ấy, họ sẽ nghĩ rằng: Như vậy sao đáng gọi là thầy? Bệnh mình chẳng cứu chữa được, há cứu chữa được bệnh người khác sao? Ông nên mau lui bước cho kín nhẹm, đừng để người ta nghe biết. A-nan nên biết, thân của các vị Như Lai là pháp thân, chẳng phải là thân do ái dục sinh. Phật được thế gian tôn trọng, hơn hết chúng sinh trong ba cõi. Thân Phật không có phiền não, các phiền não đã dứt hết. Thân Phật là vô vi, chẳng bị khép vào số mệnh. Cái thân như vậy, há có bệnh tật gì?"

"Thế Tôn! Lúc ấy, con thật mang lòng hổ thẹn, chẳng lẽ được gần Phật mà nghe lầm sao? Con liền nghe có tiếng phát ra từ không trung rằng: 'A-nan! Đúng như lời cư sĩ, chẳng qua là Phật ra đời nơi thế giới xấu xa có năm điều ô trược, nên ngài thị hiện thi hành pháp ấy để độ thoát chúng sinh. A-nan, đi đi! Hãy nhận lãnh sữa, đừng thẹn.'"

Vì vậy, đúng như trong kinh đã dạy, chúng ta cần biết phân biệt rõ giữa bản thể rốt ráo tuyệt đối của chân lý không sinh diệt, với thực tiễn tương đối trong thế gian này có sinh có diệt, thường xuyên biến đổi. Từ nhận thức đúng đắn như vậy, mới có thể tùy theo từng trường hợp, từng hoàn cảnh thực tế mà ứng xử. Không thể đem lý Bát nhã tuyệt đối áp dụng vào thế giới hiện tượng tương đối, hoặc đem thế giới hiện tượng tương đối ra bác bỏ thực tướng Bát nhã. Mỗi một nhận thức cần được vận dụng đúng vào hoàn cảnh, vào lĩnh vực thích hợp.

Đức Phật có danh hiệu là Ứng cúng, nghĩa là ngài có đầy đủ phước đức, xứng đáng thọ nhận sự cúng dường của tất cả nhân loại và chư thiên. Danh hiệu Chánh đẳng giác hay Chánh biến tri là có sự hiểu biết chân chánh và toàn diện về hết thảy các pháp.

"Minh hạnh viên mãn" hay Minh hạnh túc có nghĩa là chứng đắc đủ Tam minh[1] và mọi công hạnh đều viên mãn, thành tựu trọn vẹn. *"Thiện thệ"* là bậc khéo léo đi trên con đường hiền thiện, vượt qua tất cả để thẳng đến Niết-bàn. *"Thế gian giải"* là bậc thấu hiểu đúng đắn và toàn diện về thế gian này. *"Vô thượng sĩ"* là bậc tôn quý cao thượng nhất, không còn ai hơn được. "Điều ngự trượng phu" là bậc khéo điều phục được chính mình và khéo dùng phương tiện để điều phục hết thảy chúng sinh. "Thiên Nhân Sư", là bậc thầy của hai cõi trời, người. "Phật" là bậc toàn giác, bao gồm các nghĩa tự giác, giác tha và giác hạnh viên mãn. *"Bạc Già Phạm"* hay Thế Tôn là bậc tôn quý nhất trong thế gian, bao gồm sáu nghĩa như đã giảng rõ ở đoạn trên.

Kinh văn

"Này Mạn Thù Thất Lợi, đức Dược Sư Lưu Ly Quang Như Lai, khi còn tu hạnh đạo Bồ tát có phát mười hai nguyện lớn, khiến cho chúng hữu tình cầu chi được nấy."

Đại nguyện của đức Phật Dược Sư thể hiện đầy đủ chính báo trang nghiêm của ngài. Khi còn tu hành đạo Bồ tát, đức Dược Sư Lưu Ly Quang Như Lai gặp ngài Trí Thắng Phật và phát 12 lời nguyện. Lúc bấy giờ, ngài vẫn còn là phàm nhân, ngài phát tâm tu Bồ tát đạo và sống lối sống Bồ tát đạo, có đầy đủ sáu ba la mật là bố thí, trì giới, tinh tấn, nhẫn nhục, thiền định và trí tuệ. Sáu pháp ba la mật này là phương hướng tu hành của một vị Bồ tát. Các ngài

---

[1] Tam minh của một vị Phật bao gồm Thiên nhãn minh, Túc mạng minh và Lậu tận minh.

phát tâm dũng mãnh nên có đầy đủ năng lực để tu tập các pháp này. Các ngài phát tâm thành Phật để cứu khổ chúng sinh nên cũng phát nguyện tu tập sáu ba la mật.

Chúng ta muốn giải quyết tận cùng mọi đau khổ thì phải chứng thành Phật quả, muốn chứng thành Phật quả phải đi qua con đường của Bồ tát đạo, để đi qua con đường Bồ tát đạo chúng ta phải phát nguyện. Có nhiều phương thức cũng như nội dung phát nguyện khác nhau. Chẳng hạn như mình phát nguyện sẵn sàng nghe tất cả sự chửi mắng xúc phạm của người khác, không khởi sinh phiền não; hoặc phát nguyện khi nào không còn một chúng sinh đau khổ thì tôi mới thành Phật. Hoặc phát nguyện rằng ở nơi nào có pháp hội giảng thuyết Kinh Đại Thừa thì nhất định phải đến học. Hoặc phát nguyện trong khả năng của mình có thể cứu giúp ai thì luôn sẵn sàng không từ chối. Cũng có người phát nguyện sẵn sàng chịu bệnh khổ cho người khác, đó cũng là một nguyện lành.

Phát nguyện là một sự hoạch định phương hướng, khởi tâm thiện cho bước đầu hướng đến thành Phật. Tất cả công đức khi làm việc thiện gì cũng đều hồi hướng cho quả vị Phật được thành tựu. Phát nguyện là bước đầu tiên trước khi làm việc thiện và hồi hướng là bước cuối cùng sau khi hoàn tất việc thiện. Đó là hai bước quan trọng nhất cần phải có khi tu tập đạo Bồ tát.

Chúng ta nên phát nguyện giống Tỳ kheo Pháp Tạng, tiền thân của đức Phật A-di-đà, đã phát 48 lời nguyện và cuối cùng thành tựu cõi Cực Lạc Tây Phương, tiếp độ vô lượng chúng sinh; nên phát 12 lời nguyện như Đức Phật Dược Sư; hay phát những đại nguyện cứu khổ chúng sinh như Bồ tát Địa Tạng và Bồ tát Quán Thế Âm. Nên phát nguyện rằng, nếu còn một chúng sinh nào trong pháp giới chưa thành Phật thì con nguyện không thành Chánh giác. Chúng ta không thể tự nhiên thành Bồ tát mà phải phát nguyện. Bồ tát làm rất nhiều việc lợi ích cho chúng sinh, nhưng không thấy có chúng sinh được cứu giúp mà chỉ làm vì nguyện lực của mình. Tâm nguyện đó là vô ngã nên Bồ Tát không thấy nó thành tựu, cũng không thấy nó mất đi. Ngày xưa, khi đức Dược Sư Lưu Ly Quang Như Lai còn là Bồ tát Lưu Ly Quang, ngài gặp đức Phật Trí Thắng và đã khởi phát tổng nguyện, nhiều đời sau nữa đến khi gặp đức Phật Bảo Đỉnh thì khởi phát biệt nguyện, và đến khi gặp đức Phật Thanh Long Quang mới khởi phát đủ 12 lời nguyện chi tiết như nói trong kinh này.[1]

Kinh văn

"Nguyện thứ nhất: Ta nguyện đời sau, khi chứng đặng đạo chánh đẳng chánh giác, thân con có hào quang sáng suốt, rực rỡ chiếu khắp vô lượng, vô số, vô biên thế giới, khiến cho tất cả chúng hữu tình đều có đủ ba mươi hai tướng đại trượng phu, cùng tám chục món tùy hình trang nghiêm như thân của con vậy."

Theo lời nguyện này, Đức Phật Dược Sư nguyện sau

---

[1] Bổn nguyện Dược Sư Kinh cổ tích (本願藥師經古跡) do ngài Thái Hiền soạn, hiện còn trong Đại Chánh Tạng, Tập 38, kinh số 1770, có dẫn kinh A-tu-la (阿脩羅經) và kinh Thập phương chư Phật hiện tiền (十方諸佛現前經) nói về sự phát nguyện của đức Phật Dược Sư như sau: "阿脩羅經云。琉璃光菩薩遇智勝佛初發總願。寶頂佛所始發別願。十方諸佛現前經云。青龍光佛所發十二誓願。- A-tu-la kinh vân: Lưu Li Quang Bồ tát ngộ Trí Thắng Phật sơ phát tổng nguyện, Bảo Đỉnh Phật sở thủy phát biệt nguyện. Thập Phương Chư Phật Hiện Tiền kinh vân: Thanh Long Quang Phật sở phát thập nhị thệ nguyện." (Kinh A-tu-la nói rằng: Bồ Tát Lưu Ly Quang khi gặp đức Phật Trí Thắng mới bắt đầu phát nguyện tổng quát, sau đến khi gặp đức Phật Bảo Đỉnh mới bắt đầu phát các nguyện riêng biệt. Kinh Thập phương chư Phật hiện tiền nói rằng: Khi gặp đức Phật Thanh Long Quang thì phát đủ 12 lời nguyện.)

khi ngài thành Phật thì chúng sinh hữu tình đều có đủ 32 tướng tốt và tám mươi vẻ đẹp giống như thân của ngài. Có ba mươi hai tướng tốt, tất cả mọi người đều như nhau không phân biệt nam nữ, không phân biệt già trẻ, xấu đẹp. Phần kinh văn tiếng Việt này ngài Huyền Dung đã dịch thoát ý, nếu hiểu đúng theo nguyên bản Hán văn phải là *"nguyện tự thân con có hào quang chiếu sáng khắp vô lượng vô số vô biên thế giới, lại dùng 32 tướng đại trượng phu, 80 vẻ đẹp tùy hình mà trang nghiêm thân ấy, khiến cho hết thảy chúng sinh hữu tình đều được như con không khác"*. Khác biệt cần chú ý ở đây là, trong lời nguyện nói tự thân đức Phật Dược Sư đã có đủ 32 tướng tốt, 80 vẻ đẹp, rồi do nguyện lực của ngài mới khiến cho tất cả chúng sinh đều được như ngài. Câu kinh dịch thoát ý sẽ thiếu đi ý nghĩa này nên chúng ta cần lưu ý để nhận hiểu cho chính xác.

Kinh văn

"Nguyện thứ hai: Ta nguyện đời sau, khi đặng đạo Bồ đề, thân ta như ngọc lưu ly, trong ngoài sáng suốt, tinh sạch hoàn toàn, không có chút nhơ bợn, ánh quang minh chói lọi khắp nơi, công đức cao vòi vọi và an trú giữa từng lưới dệt bằng tia sáng, tỏ hơn vừng nhật nguyệt. Chúng sinh trong cõi u minh đều nhờ ánh sáng ấy mà tâm trí được mở mang và tùy ý muốn đi đến chỗ nào để làm các sự nghiệp gì cũng đều được cả."

Ngài nguyện, sau khi chứng được đạo Bồ đề, thân ngài như ngọc lưu ly. Thân như ngọc lưu ly là thân thanh tịnh, trong sạch, còn thân chúng ta là thân bất tịnh. Thân bất tịnh vì chúng ta thọ yếu tố ban đầu là tinh cha, huyết mẹ, có dục vọng nên hôi hám. Chúng ta đắm vào dục là đắm vào uế trược rồi đầu thai và được sinh ra. Khi đó chúng ta đã thọ nhận sự ô uế, bất tịnh. Ở trong cõi Phật Dược Sư thì sẽ hóa sinh trong hoa sen, hoa sen thanh tịnh không phải do yếu tố dục mà sinh ra, hoa sen được sinh ra do công phu tu hành, do nguyện lực nên sinh về cõi thanh tịnh. Thân ngài khi đó có hào quang chiếu sáng khắp nơi.

"Công đức cao vòi vọi và an trú giữa từng lưới dệt bằng tia sáng." Công đức không tự nhiên mà có, công đức có được từ quá trình công phu tu tập, quá trình sống và làm việc thiện lành tạo nên. Phải thực hiện vô lượng công đức như đức Dược Sư, tu tập hạnh Bồ tát đạo nhiều đời mới có công đức cao vòi vọi và an trú giữa tầng lưới dệt bằng tia sáng, chói sáng hơn cả mặt trời, mặt trăng. Hào quang trên thân ngài chiếu sáng hơn cả mặt trời, mặt trăng. Chúng sinh được ánh hào quang của ngài soi chiếu liền khai mở tâm trí sáng suốt. Chúng sinh trong cõi địa ngục có tâm tăm tối, mờ ám, không rõ ràng nên gọi là u minh, nhờ vào ánh hào quang trí tuệ của đức Dược Sư mà được mở mang trí tuệ.

Khi nghe thuyết về Kinh Dược Sư là chúng ta đã cùng nhau thắp lên một ngọn đèn Dược Sư, ánh sáng trí tuệ của Dược Sư đã chiêu cảm, đã chiếu tới đây. Khi có trí tuệ rồi thì làm việc gì cũng thành tựu.

Kinh văn

"Nguyện thứ ba: Ta nguyện đời sau, khi đặng đạo Bồ đề dùng trí tuệ phương tiện vô lượng vô biên, độ cho chúng hữu tình, khiến ai nấy đều có đủ các vật dụng chớ không cho ai phải chịu sự thiếu thốn."

Đức Phật Dược Sư nguyện khi chứng quả Bồ đề, đạt đến quả vị trí tuệ, giải thoát sẽ dùng trí tuệ Bát nhã, trí tuệ phương tiện để độ chúng sinh. Trí tuệ phương tiện là dùng trí tuệ kết duyên Phật pháp với chúng sinh. Có người không bao giờ biết đến chùa, khi chùa làm từ thiện thì đến để xin một phần quà. Khi chưa được phát quà thấy người ta niệm Phật mà mình đứng yên không có việc gì làm nên cũng bắt chước niệm theo. Vào trong chính điện thấy người ta nghe giảng pháp cũng vô tình nghe lọt vào tai một vài câu, khi được phát quà thấy người ta vừa niệm Phật vừa phát mình cũng ngồi niệm Phật theo. Như vậy, người này đến chùa vì mục đích nhận quà, nhưng cuối cùng ít nhiều họ cũng kết được duyên lành, niệm một câu Nam mô A Di Đà Phật, nghe được một vài câu giảng pháp, nên trong tương lai người ấy cũng có thể thành Phật. Vì vậy, bố thí đó chính là pháp phương tiện giúp người ta gieo duyên với Phật pháp.

Ngài Huệ Năng có dạy: *"Người ra hành đạo phải học vô lượng phương tiện, tùy theo đó mà hoằng pháp lợi sinh."* Hoằng pháp có nhiều phương tiện, có những phương tiện như một vị hộ pháp hung dữ, có những phương tiện từ bi, xả thân như Bồ tát bố thí ba la mật. Bồ tát dùng rất nhiều phương tiện khác nhau, thậm chí có vị phát nguyện vào trong cung vua làm quốc sư để dạy vua, không cho vua khởi những tâm ác và hướng cho triều đình phát tâm làm những việc kinh tế lợi ích quốc gia, đó cũng là một loại phương tiện, một loại trí tuệ phương tiện. Các ngài dùng những phương tiện như vậy để giúp cho tất cả chúng sinh không còn khổ đau, thiếu thốn.

Ba nguyện đầu tiên này thể hiện nguyện lực, diệu dụng của nguyện lực và thân chính báo trang nghiêm của Đức Phật Dược Sư.

III. Y BÁO LƯU LY

Trong Phật pháp có phân biệt Chánh báo và Y báo. Chánh báo là quả báo chính yếu ta nhận được do những nhân đã tạo trong quá khứ, do đó mà sinh ra được thân người, hoặc sinh làm súc sinh, hoặc sinh làm chư thiên cõi trời v.v... Y báo là quả báo phụ thuộc từ chánh báo rồi mới sinh ra, chẳng hạn như đã được sinh làm người rồi thì có những điều kiện phụ thuộc như sinh vào nhà giàu sang hay nghèo khó, có những phương tiện gì để sinh tồn như nhà cửa, tàu xe, chồng con... Nói chung là những điều kiện tốt hay xấu trong môi trường sống xung quanh chúng ta.

Chánh báo và y báo đều tuân theo định luật nhân quả. Người có chánh báo tốt đẹp, chưa hẳn đã có y báo tốt đẹp. Chẳng hạn, được sinh làm người là chánh báo tốt đẹp hơn phải sinh làm thân súc sinh, nhưng có khi do y báo không tốt đẹp phải làm người nghèo khổ, thiếu thốn mọi bề, hoặc bị người khác khinh chê, áp chế. Do vậy, muốn có đầy đủ chánh báo và y báo đều tốt đẹp, phước tướng trang nghiêm, thì chúng ta phải thực hiện nhiều việc hiền thiện, bố thí, lợi tha và tu tập trí tuệ. Chúng ta cúng dường hương hoa cho Phật sẽ được tướng tốt đẹp, nhưng chúng ta không ngồi thiền, tụng kinh, chỉ cúng dường hương hoa cho Phật thì chúng ta sinh ra tuy được tướng tốt đẹp nhưng thiếu trí tuệ. Còn người tu tập thiền định, không cúng dường hương hoa thì nhờ công đức thiền định nên có trí tuệ, thông minh nhưng tướng mạo không đẹp. Nhân quả rõ ràng, chúng ta gieo nhân nào sẽ gặt quả đó. Biết bố thí thì cuộc sống an ổn, gặp phước thiện, còn tu thiền thì có trí tuệ, tụng kinh

Đại thừa thì có âm thanh, tiếng nói trong trẻo.

Chánh báo và y báo cũng có khi tương ứng với nhau, như người có phước tướng trang nghiêm và trí tuệ cũng thông thái. Nói chung, dù là trường hợp nào thì vẫn luôn theo đúng quy luật nhân quả.

Kinh văn

"Nguyện thứ tư: Ta nguyện đời sau, khi đặng đạo Bồ đề, nếu có chúng hữu tình tu theo tà đạo, thì ta khiến họ quay về an trụ trong đạo Bồ-đề, hoặc có những người tu hành theo hạnh Thinh văn, Độc giác, thì ta cũng lấy pháp Đại thừa mà dạy bảo cho họ."

Đức Phật Dược Sư phát nguyện cảm hóa những chúng sinh tu theo tà đạo, những chúng sinh hiểu sai, tu sai, gây tạo khổ đau cho mình và người khác. Đạo là con đường đưa đến sự giải thoát, an lạc, nếu có sự giải thoát, an lạc thì đó là chính đạo, còn nếu đưa đến sự đau khổ, u mê thì đó là tà đạo. Tà đạo của con người chính là có lỗi lại không thấy lỗi, không có lỗi nhưng người ta nói nhiều quá, mình sợ lại thấy mình có lỗi và chấp nhận tà kiến này rồi đi vào trong ác thú.

Một người Phật tử thọ Bồ tát giới thì nhất định phải đi học pháp và đối với kinh pháp Đại thừa phải tôn kính hơn cả mạng sống của mình. Phải phát tâm như vậy mới tu thành tựu được. Còn nếu vì sợ sệt hay lo ngại việc gì đó mà không đi học pháp, không thấy được sự cần thiết và gấp rút trong sự tu tập thì rất dễ đi vào các đường ác là địa ngục, ngạ quỷ và súc sinh, luôn ngập chìm trong phiền não, trong đau khổ.

Theo tinh thần Kinh Dược Sư, chúng ta niệm Nam Mô Dược Sư Lưu Ly Quang Vương Phật hay tụng Kinh Dược Sư và phát tâm ra khỏi tà kiến, phát tâm tu tập theo hạnh

Thanh văn, Độc giác. Đức Phật nói rằng *"ta cũng lấy pháp đại thừa mà dạy bảo cho họ."* Mặc dù những chúng sinh có sai trái nhưng ta luôn dùng pháp Đại thừa để dạy bảo cho họ trở về chánh đạo, có an lạc, giải thoát.

Kinh văn

"Nguyện thứ năm: Ta nguyện đời sau, khi đặng đạo Bồ đề, nếu có chúng hữu tình nhiều vô lượng, vô biên ở trong giáo pháp của ta mà tu hành theo hạnh thanh tịnh thì ta khiến cho tất cả đều giữ được giới pháp hoàn toàn đầy đủ cả tam tụ tịnh giới. Giả sử có người nào bị tội hủy phạm giới pháp mà khi đã nghe được danh hiệu ta thì trở lại được thanh tịnh, khỏi sa vào đường ác."

Có nhiều người không dám đi chùa, không dám quy y vì nghĩ rằng mình chưa được thanh tịnh. Vì họ thấy có những người đi chùa nhưng không thanh tịnh, sống không tốt, rồi họ khởi sinh tà kiến, nghĩ rằng thà mình không đi chùa nhưng mà sống tốt thì còn hơn. Nhưng nếu chúng ta thanh tịnh rồi thì đi chùa để làm gì? Người không thanh tịnh mới cần đến nơi thanh tịnh, cần đến chùa để học đạo. Nhiều người còn bám chấp vào thân, nghĩ rằng phụ nữ tới kỳ mãn kinh mới gọi là thanh tịnh, sạch sẽ. Mỗi tháng khi đến kinh kỳ không dám lên chùa niệm Phật vì sợ ô uế. Họ không biết rằng, thân này của tất cả chúng ta ngay từ khi kết tạo đã là thân bất tịnh, không sạch sẽ. Ở cõi ngũ trược ác thế, Đức Phật chưa bao giờ nhiễm ô thì làm sao có thể bị ô uế được. Vì suy nghĩ tà kiến nên chúng ta mất mấy ngày không công phu, tu tập. Thật ra, trong những ngày đó chúng ta càng phải tập trung tinh tấn hơn nữa, phải siêng niệm Phật, tụng kinh, lạy Phật hay bái sám để những khó chịu, những ý nghĩ tham, sân, si, mạn, nghi, ác kiến được tiêu trừ.

Để thân được thanh tịnh chúng ta phải giữ giới. Giới là một yếu tố thanh tịnh và khác nhau tùy theo từng cấp độ. Đối với người xuất gia phải toàn đoạn dâm dục, nhưng đối với người tại gia thì chỉ phải bỏ sự tà dâm, tức là không được có quan hệ tình ái với người không phải vợ hoặc chồng của mình. Nếu chúng ta giữ được trọn vẹn 5 giới thì chúng ta thanh tịnh. Người xuất gia mà không đoạn tuyệt hoàn toàn với tà dâm thì không thanh tịnh.

Muốn tu tập để thanh tịnh chúng ta phải dựa vào giới và khi giới thanh tịnh thì chúng ta sẽ thấy mình thay đổi tích cực. Cho nên trong kinh văn Đức Phật Dược Sư nói rằng sẽ khiến cho chúng sinh muốn tu hành theo hạnh thanh tịnh đều giữ được giới pháp hoàn toàn, đầy đủ cả tam tụ tịnh giới. Tam tụ tịnh giới bao gồm Nhiếp luật nghi giới là đoạn trừ mọi điều ác, Nhiếp thiện pháp giới là tu tập mọi điều lành và Nhiêu ích hữu tình giới là làm lợi lạc cho tất cả chúng sinh. Đức Phật Dược Sư sẽ khiến cho chúng sinh có đầy đủ cả ba loại giới pháp như vậy.

Giới luật có nhiều tầng bậc. Đối với Phật tử tại gia thì thọ 5 giới, còn cao hơn một chút là Bát quan trai giới, Thập thiện, Bồ tát giới tại gia, Bồ tát giới xuất gia, giới luật Tỳ kheo, giới luật Tỳ kheo Ni, giới luật Thức xoa ma na ni... Giới luật là những điều khoản do Phật chế định, không được vi phạm. Mỗi một điều giới được đức Phật chế định đều là do có một hoàn cảnh, sự việc dẫn phát, tạo thành chướng ngại cho người tu tập, từ đó đức Phật mới chế định ra điều giới để ngăn ngừa sự việc như vậy không xảy ra lần nữa. Chẳng hạn như có một lúc đức Phật và các tỳ-kheo đang ở tại thành Tỳ-xá-ly, vị tỳ-kheo Tu-đề-na là người lần đầu tiên phạm vào giới dâm dục. Đó là khi vị này đi khất thực gặp lại người vợ cũ rồi nghe theo lời mẹ, cùng vợ hành dâm để có con nối dòng. Từ lúc ấy về trước, đức Phật chưa chế định giới cấm tỳ-kheo làm chuyện dâm dục nên Tu-đề-na không tự biết đây là việc xấu. Sau khi làm việc này rồi thì trong lòng ông mới tự sinh phiền não, không còn sự an lạc thanh tịnh như xưa. Ông liền đem sự việc kể với các tỳ-kheo khác. Các vị này liền cùng nhau đưa ông đến chỗ Phật thưa hỏi. Đức Phật dùng lời quở trách, chỉ rõ cho ông biết rằng dâm dục là sự chướng ngại, tai hại cho người tu tập, nếu không từ bỏ dâm dục thì không thể thành tựu trong sự tu tập đạo giải thoát. Nhân đó, đức Phật mới chế định giới này lần đầu tiên với nội dung là: *"Tỳ-kheo nào, phạm bất tịnh hạnh, làm pháp dâm dục, tỳ-kheo ấy là kẻ ba-la-di, không được sống chung [trong Tăng đoàn]."*[1]

Tương tự như thế, mỗi một điều giới do đức Phật chế định đều có hoàn cảnh phát sinh cụ thể.

Nói về giới luật, người trong tâm tuân thủ giới luật, có oai nghi thì nhìn dáng đi thôi cũng đủ khiến người ta ngưỡng mộ. Còn nếu trong tâm tất bật, vội vàng, không có định lực, không có chính niệm sẽ làm mất dần oai nghi. Vậy nên oai nghi rất quan trọng, nó tạo ra một cung cách, một sự điềm đạm, tạo ra sự nhiếp niệm của tâm thức và giảm thiểu sự sai trái.

Nếu chúng ta chưa có đủ sự hiểu biết thì nên tinh tấn tụng Kinh Dược Sư và niệm danh hiệu Phật Dược Sư, nhờ đó chúng ta sẽ có đầy đủ hiểu biết và nghiêm giữ được tam tụ tịnh giới. Nhờ niệm danh hiệu Đức Phật Dược Sư nên chúng ta có đủ năng lực ngăn chặn tất cả những ý niệm xấu ác trong lòng, đó là nhiếp luật nghi giới; phát triển được mọi điều lành, điều thiện, đó là nhiếp thiện pháp giới; nhờ năng lực gia trì của đức Dược Sư, chúng ta có đầy đủ

---

[1] Dẫn theo Tứ phần luật (四分律) do hai ngài Phật-đà Da-xá và Trúc-phật-niệm dịch từ Phạn văn sang Hán văn.

năng lực làm tất cả mọi việc lợi ích cho chúng sinh, đó là nhiêu ích hữu tình giới. Chúng ta suy nghĩ thiện, nhưng không dám làm. Địa ngục chứa đầy những ý nghĩ tốt đẹp, bởi vì chúng ta có quá nhiều ý nghĩ tốt đẹp nhưng chúng ta không làm gì cả. Không làm thì biết lấy gì ăn, lấy gì uống. Chúng ta sẽ phải sử dụng của đàn na thí chủ hoặc của cha mẹ và xã hội. Chúng ta nợ thế gian và càng nợ nhiều chừng nào thì càng đọa lạc chừng đó. Như vậy, dù không làm gì cả nhưng đã làm một việc ác. Nhờ năng lực của đức Dược Sư, chúng ta mới có đầy đủ dũng mãnh, tâm lực để làm được điều thiện. Những lúc gặp khó khăn sẽ làm cho chúng ta thối thất tâm thiện, nên chúng ta phải niệm Bồ tát Quán Âm, niệm Đức Phật Dược Sư để giữ tâm thiện không ngừng nghỉ, đó là *Nhiếp thiện pháp giới* và ngăn chặn được hết thảy mọi điều xấu ác, đó là *Nhiếp luật nghi giới*. Từ đó mới có thể làm lợi ích cho tất cả chúng sinh không phân biệt, đó chính là *Nhiêu ích hữu tình giới*.

Trong nguyện thứ năm, đức Dược Sư nói rằng, nếu có người nào hủy phạm giới pháp nhưng nghe được danh hiệu Phật Dược Sư, nhờ năng lực của Phật Dược Sư sẽ được thanh tịnh trở lại, không sa vào đường ác. Chúng ta lỡ giết một con vật, chúng ta đã phạm giới thứ nhất. Khi nhận ra việc ác của mình, chúng ta phải nhờ vào năng lực của Phật Dược Sư, bằng cách niệm danh hiệu Dược Sư để sám hối, cầu nguyện cho con vật bị giết hại đó được tái sinh tốt lành. Chúng ta hãy đọc, hãy suy ngẫm từng câu, từng chữ trong câu kinh này. Ý thứ nhất là nhân quả nghiệp báo, ý thứ hai là thanh tịnh nghiệp đạo. Hai ý này phải phân biệt rõ. Nhân quả nghiệp báo là khi chúng ta giết hại loài vật, bản thân ta rồi cũng sẽ bị giết hại, đó là quả báo. Còn thanh tịnh nghiệp đạo là khi chúng ta thành tâm sám hối thì tự thân mình được thanh tịnh, mình trả quả báo đó một cách nhẹ nhàng, không có đau khổ. Nhờ năng lực gia trì của đức Dược Sư, chúng ta khởi tâm tu tập và nhờ năng lực gia trì của ngài, chúng ta có đầy đủ định lực, phước lạc để trả quả trong sự nhẹ nhàng. Chúng ta trả quả trong kiếp làm người trở lên, không phải trả quả trong địa ngục, ngạ quỷ và súc sinh. Đó là ý nghĩa của câu *"khỏi sa vào đường ác".*

Kinh văn

"Nguyện thứ sáu: Ta nguyện đời sau, khi chứng được đạo Bồ đề, nếu có chúng hữu tình nào thân hình hèn hạ, các căn không đủ, xấu xa, khờ khạo, tai điếc, mắt đui, nói năng ngọng liệu, tay chân tật nguyền, lác hủi, điên cuồng, chịu nhiều khổ não. Nghe được danh ta, liền được khỏi bệnh, thân hình đoan chính, trí tuệ sáng suốt."

Những quả báo xấu về thân mạng là phải nhận lãnh thân hình xấu xí, lưng gù, dáng đi khiến người ta không ưa thích, các căn không đủ, khuyết thiếu hoặc có rồi bị mất... Những người này phát tâm nương theo Phật Dược Sư sẽ được ngài gia trì.

Theo giới luật, người không đủ sáu căn (như đui, điếc, câm...) thì không được thọ giới Tỳ kheo. Cứ theo hiện tại mà xét thì đức Phật chế định việc này vì giữ gìn sự uy nghiêm của Tăng-già, vì những người này không đủ năng lực tự thân để sống cuộc sống tu tập xuất thế. Tuy nhiên, nếu nhìn sâu hơn vào nhân quả thì những người này đã từng gieo nhân xấu ác nên ngày nay mới phải chịu quả báo xấu. Như vậy, quá khứ họ đã không gieo được duyên lành, hiện tại lại không đủ điều kiện để sống đời tu tập, cho nên tương lai chắc chắn sẽ càng thêm u ám. Có suy xét như vậy mới thấy được ý nghĩa đại từ đại bi của đức Phật Dược Sư khi phát ra lời nguyện này, vì đã mở ra một lối thoát cho những chúng sinh thấp kém hạ liệt như vậy: "Nghe được danh ta, liền được khỏi bệnh, thân hình đoan chính, trí tuệ sáng suốt."

Tuy nhiên, chúng ta không nên hiểu ý nghĩa việc niệm Phật như một phép thần thông có thể ngay tức khắc biến xấu thành tốt, mà ý nghĩa thực sự ở đây chính là sự thanh tịnh thân tâm, gieo được nhân lành nhờ vào danh hiệu Phật. Một khi thân tâm đã được thanh tịnh, nhân lành đã được gieo trồng, thì nghiệp quả mai sau được "thân hình đoan chính, trí tuệ sáng suốt" sẽ là điều tất nhiên. Đây mới chính là ý nghĩa gia trì từ nguyện lực của đức Phật Dược Sư.

IV. NGUYỆN LỰC CỨU KHỔ

Kinh văn

"Nguyện thứ bảy: Ta nguyện đời sau, khi chứng được đạo Bồ đề nếu có chúng hữu tình nào bị những bịnh hiểm nghèo, không ai cứu chữa, không ai để nương nhờ, không gặp thầy, không gặp thuốc, không bà con, không nhà cửa, chịu nhiều nỗi nghèo hèn khốn khổ, mà hễ danh hiệu Ta đã nghe lọt vào tai một lần thì tất cả bịnh hoạn khổ não đều tiêu trừ, thân tâm an lạc, gia quyến sum vầy, của cải sung túc, cho đến chứng được đạo quả Vô thượng Bồ đề."

Với tâm nguyện đại từ đại bi, đức Phật Dược Sư không chỉ hướng đến tiếp độ những chúng sinh đủ duyên lành và có nỗ lực tu tập, mà ngài còn thương tưởng đến cả những chúng sinh thiếu căn duyên, vốn đã lỡ lầm tạo nhiều việc ác, cho nên hiện đời phải chịu những quả báo xấu như "bị những bịnh hiểm nghèo, không ai cứu chữa, không ai để nương nhờ, không gặp thầy, không gặp thuốc, không bà con, không nhà cửa, chịu nhiều nỗi nghèo hèn khốn khổ". Vì thế, ngài mới phát khởi đại nguyện thứ bảy này, nguyện cho những chúng sinh như thế chỉ cần được nghe đến danh hiệu của ngài rồi thì "tất cả bịnh hoạn khổ não đều tiêu trừ, thân tâm an lạc, gia quyến sum vầy, của cải sung túc, cho đến chứng được đạo quả Vô thượng Bồ đề".

Đối với những ai chưa có đủ niềm tin vững chắc, thật khó lòng nhận hiểu được đại nguyện bất khả tư nghì này.

Bởi lẽ nếu người gieo nhân xấu ác nay nếu chỉ nhờ được nghe danh hiệu đức Phật Dược Sư, nhờ vào nguyện lực của ngài mà không còn phải thọ nhận quả xấu, được tiêu trừ bệnh khổ cho đến chứng quả Bồ-đề như trong lời nguyện này thì thật hết sức khó hiểu. Tuy nhiên, với người hiểu sâu Phật pháp và có đủ niềm tin thì sẽ nhận thức được vấn đề không có gì mâu thuẫn. Đạo Phật dạy rằng hết thảy nghiệp ác đều khởi tạo từ tâm thức, lại cũng dạy rằng "tâm thức vô thường, dị sinh dị diệt". Do đó, việc cứu khổ ban vui không thể từ đâu khác mà đều phải bắt đầu từ sự chuyển hóa tâm thức. Một khi tâm xấu ác không còn, tâm hiền thiện tăng trưởng thì đó chính là căn bản khởi đầu để chấm dứt mọi khổ đau và chiêu cảm mọi quả lành. Vì thế, việc "nghe lọt vào tai" danh hiệu của đức Phật Dược Sư chính là nhân lành lớn lao nhất mà một người có thể nhận được. Nhờ có nhân lành này, niềm tin và trí tuệ nơi người ấy sẽ được dần phát triển và từ đó có thể tiếp nhận được nguyện lực đại từ đại bi của đức Phật Dược Sư để tiếp tục tiến bước trên đường đạo, cho đến có thể thành tựu quả vị Bồ-đề.

Kinh văn

"Nguyện thứ tám: Ta nguyện đời sau, khi chứng được đạo Bồ đề, nếu có những phụ nữ nào bị trăm điều hèn hạ khổ sở của thân gái làm cho buồn rầu, bực tức, sinh tâm nhàm chán, muốn bỏ thân ấy, mà hễ nghe danh hiệu ta rồi thì tất cả đều được chuyển thân gái thành thân trai, có đủ hình tướng trượng phu, cho đến chứng được đạo quả vô thượng Bồ đề."

Thân nữ sinh ra tay chân, thể lực vốn đã yếu đuối, sinh lý phức tạp, từ đó tâm lý cũng yếu đuối và phức tạp. Bản thân chúng ta không muốn nhưng phải chịu cảnh đó sẽ sinh ra phiền não. Có những người không muốn thọ thân nữ, muốn có thân nam khỏe mạnh hoặc muốn sinh vào những cảnh giới an lành, vậy phải làm sao? Đức Phật Dược Sư sẽ gia trì cho những người muốn được chuyển thân gái thành thân trai sẽ có được hình tướng trượng phu khi đến một cảnh giới mới. Tướng trượng phu là hình tướng quy tụ đủ 32 tướng tốt. Trong tất cả các cảnh giới, Đức Phật đều thị hiện và gia hộ cho chúng sinh, ngài thấu rõ tâm niệm khi chúng sinh phải chịu những cảnh khổ, ngài tùy vào nguyện của chúng sinh từ đó tùy duyên hóa độ. Đức Phật Dược Sư và Đức Phật Thích Ca hay Bồ tát Quán Thế Âm là những vị Phật, vị Bồ tát có hạnh nguyện khác nhau. Qua các bài pháp trong kinh chúng ta thấy hạnh nguyện của các ngài được miêu tả khác nhau về hình tướng, ngôn ngữ, nhưng tìm hiểu kỹ sẽ thấy chư Phật, chư Bồ tát luôn có một sự đồng nhất, đó là điểm đặc biệt của Phật giáo. Khi không hiểu hết ý nghĩa trong kinh, chúng ta hoài nghi kinh này mâu thuẫn với kinh kia, kinh kia khác với kinh này, nhưng nếu hiểu sâu, hiểu hết ý nghĩa thì thấy tất cả các kinh đều có sự dung thông với nhau và đều chung mục đích là cứu khổ độ sinh, chấm dứt mọi não phiền.

Kinh văn

"Nguyện thứ chín: Ta nguyện đời sau, khi chứng được đạo Bồ đề, thì khiến cho chúng hữu tình ra khỏi vòng lưới ma nghiệp, được giải thoát tất cả sự ràng buộc của ngoại đạo. Nếu có những kẻ sa vào rừng ác kiến, ta nhiếp dẫn họ trở về với chánh kiến và dần dần khiến họ tu tập theo các hạnh Bồ tát đặng mau chứng đạo chánh đẳng Bồ đề."

Từ khi sinh ra cho đến khi trưởng thành chúng ta có sức khỏe, được đi học, đi làm, đi du lịch, được tự do và hưởng thụ những thú vui chơi, ít nhiều cũng có hạnh phúc, an lạc. Nhưng bước vào độ tuổi lập gia đình chúng ta bắt đầu biết sống trách nhiệm hơn với cuộc đời. Khi làm chồng, làm vợ chúng ta có thêm trách nhiệm về ơn nghĩa hiếu dưỡng cha mẹ, họ hàng nội ngoại, sống và yêu thương cho con cháu, gia đình nhiều hơn là sống cho mình, như vậy, chúng ta đã bắt đầu bước vào vòng lưới ma nghiệp bao vây.

Trong cõi dục giới, chúng ta khó tránh khỏi lưới ma nghiệp. Khi hai người thương nhau, cùng xây dựng một tổ ấm hạnh phúc, chấp nhận khổ cực, làm lụng vất vả, thức khuya dậy sớm để mong có tiền, có sự nghiệp. Nhưng rồi mỗi người một suy nghĩ, áp lực cuộc sống đè nặng, người vợ, người chồng không còn nghĩ nhiều đến cảm xúc của đối phương, từ đó gia đình có sự rạn nứt, chia rẽ, dần dần đến mức không thể hàn gắn khiến hai người chia tay, dù đã có những đứa con chung. Khi chia tay người phụ nữ đau khổ, thề thốt rằng sẽ không bước vào cuộc sống hôn nhân, không sinh thêm đứa con nào nữa vì khổ quá rồi. Nhưng một vài năm sau lại có thêm những đứa con khác, đó là sự quanh quẩn trong vòng lưới ma nghiệp. Chúng ta đã thấy sợ nhưng vẫn không chịu tu.

Hiện nay, có rất nhiều bạn trẻ ham chơi game, một trò chơi nguy hiểm kích thích vào ngũ dục, kích thích tâm hiếu sát, thích giết hại của con người. Có một chú tiểu nhỏ rất ham chơi game Tam Quốc Chí, một loại game có ba nước đánh nhau đang rất thịnh hành ở Việt Nam. Mỗi lần được người Thầy gọi tên là người đệ tử đó lại đứng khóc vì biết rằng ham chơi game Thầy sẽ đuổi đi. Dù không phá trai, không phạm giới, nhưng vì nghiệp này sẽ làm ảnh hưởng đến Tăng chúng nên người Thầy chỉ dạy đệ tử: "Nghiệp sát con rất nặng, con tu nhưng không có lòng từ bi. Dù là thế giới ảo nhưng khi con hạ sát được một đối thủ trên game, con hả hê trong lòng, sự hả hê đó là sát nghiệp. Không giết người thật nhưng đã khiến tâm con khởi lên việc đánh và giết. Đạo Phật là đạo từ bi và trí tuệ, con không có lòng từ bi thì thầy không thể giữ con được. Con hãy ngồi quán chiếu và phát tâm phóng sinh để tăng thêm tình thương. Khi mình thấy con vật kia sắp chết, mình cứu mạng sống của nó, cho nó sống thêm 5 đến 10 phút cũng tốt hơn là không có phút nào." Người đệ tử giật mình và làm theo lời dạy của Thầy. Một thời gian sau, sự ham mê đó giảm đi rất nhiều. Rõ ràng, biết là nghiệp sát nhưng người đệ tử bị lưới ma nghiệp bủa vây rất khó thoát ra được. Nhờ sự tu tập, nhờ phát khởi lòng từ bi mà nghiệp báo dần tan biến.

Lưới ma nghiệp thật sự khủng khiếp, chúng ta cần tu tập, sám hối, trì chú Đại đại bi với tâm thành kính. Tâm chúng ta sẽ được thuần thục, tạo ra nhiều năng lượng bình an, tiêu trừ nghiệp xấu, cái đó chính là sức gia trì.

"Nếu có những kẻ sa vào rừng ác kiến." Rừng ác kiến chính là nhận thức, suy nghĩ xấu ác. Ở nhiều chùa có những vị thầy chưa đủ khả năng để tổ chức tu học nên có nhiều chuyện lộn xộn xảy ra, đó là chuyện bình thường. Nhưng nếu chúng ta nhìn thấy những mặt tiêu cực đó mà ghét bỏ luôn cả đạo, coi thường cả Đức Phật, đó chính là ác kiến. Đây là một trong mười căn bản phiền não. Nếu như không dứt được ác kiến thì không bao giờ giải thoát khỏi luân hồi. Ác kiến làm cho chúng ta bị đọa lạc, nhưng theo lời nguyện này, nếu chúng ta biết đến danh hiệu của Đức Phật Dược Sư, biết tụng Kinh Dược Sư, thì ngài sẽ đưa chúng ta về với chánh kiến, giúp chúng ta tu học theo hạnh Bồ tát và sớm chứng được chánh đẳng Bồ đề. Kinh Pháp cú, kệ số 319 dạy rằng:

"Có lỗi, biết có lỗi,
Không lỗi, biết là không,

Do chấp nhận chánh kiến,
Chúng sanh đi cõi lành."

Khi để ác kiến nổi lên, ta sẽ bị nó chi phối hành vi, thân, khẩu, ý, sẽ tạo ra những nghiệp xấu ác. Mình không biết người ta, không tiếp xúc với người ta nhưng lại bình phẩm và đánh giá họ không tốt, đó chính là ác kiến của mình khởi lên. Chúng ta hãy soi lại chính mình, nếu mình có ác kiến phải dẹp bỏ, vì nuôi ác kiến sẽ không giác ngộ và tổn hại chính mình.

Khi tu học chúng ta sẽ biết ý nghĩa thực của thế gian là gì. Tiền bạc, danh lợi, nhà cửa... tất cả rồi cũng mất đi. Làm thật nhiều để rồi cuối cùng ai cũng tay trắng trở về với cát bụi. Chỉ có một cách duy nhất để giải thoát là học pháp, khai ngộ chân lý. Đó là điều mà Đức Phật ra đời để truyền trao, "khai thị chúng sinh ngộ nhập Phật tri kiến". Chúng ta có mặt ở đây để tu học, cũng là để hướng theo con đường giải thoát, trau giồi tam vô lậu học, công đức thù thắng.

Thời mạt pháp, người ta sôi nổi, hăng say vào tà pháp mà lơ là, xem thường chánh pháp. Mạt pháp đưa đến pháp diệt tận. Trong Kinh Pháp Diệt Tận có nhiều đoạn khiến chúng ta đọc mà rơi nước mắt, thấy run sợ. Trong hệ thống Kinh Nikaya, có bài kinh miêu tả một buổi Đức Phật thuyết pháp không có hào quang chiếu sáng. Lúc bấy giờ Tôn giả A Nan thấy lạ, mới bạch hỏi đức Thế Tôn: *"Vì sao hôm nay đức Thế Tôn thuyết pháp mà không có ánh sáng hào quang?"* Đức Phật đáp rằng: *"Quả thực vậy, ta đang muốn nói một bài pháp mà nơi đó không có hào quang của Phật."* Đó chính là kinh Pháp Diệt Tận. Diệt tận thì làm gì còn có hào quang?

Trong kinh nói:

"Những người tu hành chân chánh thường cứu giúp kẻ khác, quan tâm người già, cứu giúp kẻ gặp cảnh nghèo cùng khốn khổ, khuyến khích mọi người thờ phụng, hộ trì kinh tượng. Họ thường làm công đức, hết lòng từ bi không gây tổn hại kẻ khác, hy sinh giúp đỡ, không tư lợi, thường nhẫn nhục nhu hòa. Nếu có người như vậy thì tà ma đều ganh ghét họ. Ma quỷ sẽ phỉ báng họ, xua đuổi, trục xuất các vị Tỳ kheo chân chánh đó ra khỏi các tự viện. Khi chánh pháp sắp biến mất, phụ nữ sẽ trở nên tinh tấn và thường làm những việc công đức, đàn ông sẽ trở lên lười biếng và sẽ không còn ai giảng pháp. Những vị sa môn chân chánh sẽ bị xem như đất, như phân và không ai tin vào các vị ấy nữa. Khi chánh pháp sắp suy tàn, chư thiên sẽ bắt đầu khóc, sông sẽ khô cạn, các loại ngũ cốc sẽ không chín, bệnh dịch thường xuyên xảy ra cướp đi vô số mạng người, dân chúng phải làm việc cực khổ, quan chức địa phương mưu tính lợi riêng, không thuận theo đạo lý, đều ưa thích rối loạn. Người ác gia tăng nhiều như cát dưới biển, người thiện rất ít, hầu như chỉ có một hoặc hai người."

Chúng ta đã thấy biểu hiện của thời mạt pháp, vì vậy mình phải tinh tiến, không được chán nản. Mình làm việc thiện vì chính mình, tu tập vì chính mình. Mình phải siêng nghe pháp, học pháp, lưu truyền Phật pháp, góp phần duy trì sự tồn tại của Phật pháp. Nếu như Phật pháp mà không được giảng, không được học, không được nghiên cứu, không được duy trì thì không còn một giá trị chân thật nào tồn tại. Một quyển sách không dùng đến sẽ không có giá trị.

Quyển sách chỉ thật sự có giá trị khi chúng ta nghiên cứu, áp dụng những kiến thức trong đó. Cũng vậy, Kinh điển chỉ có giá trị khi chúng ta học tập để tu niệm, thiền định và sống phù hợp với những lời Đức Phật dạy. Nếu chúng ta chỉ giảng giải mà không sống đúng với lời Đức Phật dạy thì cũng không có giá trị.

Kinh văn

Nguyện thứ mười: "Ta nguyện đời sau, khi chứng được đạo Bồ đề, nếu có chúng hữu tình nào mà pháp luật nhà vua gia tội phải bị xiềng xích, đánh đập, hoặc bị giam giữ trong chốn lao tù, hoặc bị chém giết, hoặc bị nhiều tai nạn nhục nhã, thân tâm chịu những nỗi khổ, buồn rầu, bứt rứt, hễ nghe đến danh hiệu ta, thì nhờ sức oai thần phước đức của ta đều được giải thoát tất cả những nỗi ưu khổ ấy."

Trong nguyện thứ mười này, Phật Dược Sư nói đến: *"Pháp luật nhà vua gia tội"*. Khi chúng ta làm trái pháp luật, bị xét xử là chuyện thường tình. Nhưng có những chuyện không đáng cũng bị gia tội, do luật pháp bất công của những người cầm quyền, đó cũng gọi là biểu hiện của *"pháp luật nhà vua gia tội"*.

Trong lời nguyện này Đức Phật Dược Sư phát nguyện sẽ dùng sức oai lực của mình để cứu giúp những chúng sinh nào đủ nhân duyên biết đến danh hiệu của ngài. Khi được nghe danh hiệu của ngài như một nhân duyên lành thì nhờ vào nguyện lực của ngài, những chúng sinh ấy sẽ được xa lìa mọi nỗi khổ não, được thoát ách lao tù, xiềng xích hay được tránh khỏi những sự đánh đập, giết hại. Tất cả những sự lợi lạc này đều là nhờ nơi oai thần phước đức của đức Phật Dược Sư.

Kinh văn

Nguyện thứ mười một: "Ta nguyện đời sau, khi chứng được đạo Bồ đề, nếu có chúng hữu tình nào bị sự đói khát hoành hành, đến nỗi vì tìm miếng ăn phải tạo các nghiệp dữ, hễ nghe danh hiệu ta rồi chuyên niệm thọ trì thì trước hết ta dùng các món ăn uống ngon lạ ban bố cho thân họ được no đủ và sau ta mới đem pháp vị nhiệm mầu kiến lập cho họ cái cảnh giới an lạc hoàn toàn."

Khi bị đói khát hoành hành chúng ta rất dễ vì miếng ăn mà tạo nghiệp dữ. Có những người sát hại súc sinh để bán lấy tiền hay làm các việc ác để có được miếng ăn. Ông bà ta thường nói: "Có thực mới vực được đạo", để thấy nhu cầu miếng ăn luôn là thiết yếu hàng đầu. Con người tranh giành với nhau trước hết cũng chỉ vì miếng ăn.

Về cách ăn của chúng sinh, có thể phân chia làm bốn cách: *đoạn thực, xúc thực, tư thực* và *thức thực*. Đoạn thực (kavlī-kārāhāra) là cách dùng thức ăn vo tròn lại rồi đưa vào miệng nhai nuốt. Đó là cách ăn của loài người từ thời xa xưa, cho đến nay Ấn Độ vẫn còn giữ cách ăn đơn giản này. Đoạn là phân đoạn, dứt ra thành đoạn, thành từng phần nhỏ. Nói rộng ra, đoạn thực chỉ chung cho việc ăn bằng cách tiêu thụ thức ăn vật chất của tất cả những chúng sinh có hình tướng trong cõi Dục giới. *Xúc thực* (sparśā-kārāhāra) là ăn bằng cách tiếp xúc như nghe, ngửi, nhìn hoặc đụng chạm. Các loài chúng sinh không có hình tướng chỉ sống nhờ vào xúc thực, như nhìn thấy thức ăn, ngửi mùi hương v.v... Việc cúng thí thực cô hồn, ngạ quỷ... là dựa vào cách ăn này để bố thí thức ăn cho họ. Xúc thực cũng được dùng để chỉ việc cảm xúc tác động đến thân tâm chúng ta. Chẳng hạn như khi chúng ta thưởng thức một bức tranh hay nghe một bản nhạc, tâm hồn ta rung động, thích thú đến nỗi quên cả việc đói khát. *Tư thực* (manaḥ-saṃcetanā-kārāhāra) cũng gọi là *ý niệm thực* hay *nghiệp thực*. Đây là khả năng duy trì mạng sống bằng sự thỏa mãn ý thức, chẳng hạn như khi chúng ta tập trung suy nghĩ một việc gì thì ý thức chạy theo đối tượng của nó (là những tư tưởng) mà quên cả việc bụng đang đói. Sách *Đại thừa nghĩa chương* (大乘義章), quyển 8, nói rằng: "*Những nghiệp suy nghĩ về quá khứ chính là mạng căn, do đó mà mạng sống của chúng sinh không bị dứt mất nên gọi tư thực.*" Do đó biết rằng, một phần sinh mạng của chúng sinh cũng được duy trì bởi sự suy nghĩ, hoạt động của ý thức. *Thức thực* (vijñānā-kārāhāra) là sự duy trì mạng căn dựa trên a-lại-da thức, tức thức thứ tám. Chúng sinh ở cõi Vô sắc giới và chúng sinh trong địa ngục vì không có hình tướng nên sự sống chỉ duy trì dựa vào sự vận hành của các chủng tử trong a-lại-da thức.

Trong bốn cách ăn này, chỉ riêng chúng sinh trong cõi Dục giới là có đủ tất cả. Riêng *đoạn thực* chỉ có ở Dục giới mà thôi, không có ở các cõi Sắc giới hoặc Vô sắc giới. Ba cách ăn còn lại là *xúc thực, tư thực* và *thức thực* thì trong ba cõi đều có. Đối với chúng sinh Dục giới thì *đoạn thực* là chính, ba cách ăn còn lại tuy có nhưng không phải chính yếu. Đối với chúng sinh cõi Sắc giới thì *xúc thực* là chính, tuy vẫn có cả *tư thực* và *thức thực*. Cõi Vô sắc giới và chúng sinh địa ngục chỉ có *thức thực*.

Theo lời nguyện này, nếu chúng ta niệm danh hiệu của đức Dược Sư Lưu Ly Quang Như Lai thì sẽ vượt qua được sự đói khát thiếu thốn, không còn bị sự thôi thúc vì đói thiếu phải tạo các nghiệp ác. Đó là nhờ việc chuyên niệm danh hiệu Phật đã sinh ra phước báo, sinh ra hoàn cảnh an lạc, sung túc. Nhiều người làm lụng vất vả, cực nhọc nhưng không có tài sản dư thừa vì không có phước. Việc niệm Phật không chỉ giúp chúng ta tạo phước hữu lậu để sự ăn mặc luôn được dồi dào no đủ, mà còn là nhân giải thoát vì nhờ nguyện lực của đức Phật Dược Sư giúp ta đạt đến cảnh giới giải thoát an lạc hoàn toàn.

Kinh văn

Nguyện thứ mười hai: "Ta nguyện đời sau, khi chứng được đạo Bồ đề, nếu có chúng hữu tình nào nghèo đến nỗi không có áo che thân bị muỗi mòng cắn đốt, nóng lạnh dãi dầu, ngày đêm khổ bức. Hễ nghe đến danh hiệu ta mà chuyên niệm thọ trì thì ta khiến cho được như ý muốn: Nào các thứ y phục tốt đẹp, nào tất cả các bảo vật trang nghiêm, nào tràng hoa, phấn sáp bát ngát mùi thơm và trống nhạc cùng những điệu ca múa tùy tâm muốn thưởng thức món nào cũng được thỏa mãn cả."

Trong Phật pháp, ba ngôi Tam bảo được gọi là *"phước điền"*, hay *"ruộng phước"*, nghĩa là miếng ruộng để chúng sinh gieo trồng phước đức. Muốn phước đức của mình được sinh ra và phát triển thì phải có ruộng phước để gieo trồng, cũng như người thế gian muốn thu hoạch được nhiều lúa thóc thì phải gieo cấy trên mảnh ruộng tốt, màu mỡ. Những việc gieo trồng nhân phước đức là tụng kinh, trì chú, niệm Phật, cúng dường Tam bảo, làm các việc thiện... Những việc làm này được xem như việc chúng ta cày xới, chăm bón ruộng tâm của mình thêm phì nhiêu, màu mỡ, có đủ các dưỡng chất để khi gieo những hạt giống lành vào đó sẽ lập tức nảy nở, phát triển thành phước đức cho đời này và đời sau. Nhờ vậy, chúng ta dù sinh ra ở đâu cũng được an lạc, sung túc. Người nghèo đến nỗi không có áo che thân là do không có phước đức. Chẳng những nghèo khổ, còn phải bị muỗi mòng cắn đốt, nóng lạnh dãi dầu, ngày đêm khổ bức... Khi chúng ta chưa có phước đức, chúng ta chuyên tâm niệm danh hiệu đức Dược Sư Lưu Ly Quang Như Lai sẽ được ngài gia bị.

Trong lời nguyện nói rằng đức Phật Dược Sư sẽ khiến cho người niệm Phật có được mọi thứ bảo vật trang nghiêm, y phục tốt đẹp, tràng hoa phấn sáp... như ý muốn. Đức Phật nói rằng, y phục của vị Tỳ kheo ngồi thiền định dưới gốc cây là trang phục đẹp nhất, bởi nó không có phiền não, không có đau thương, không có tranh đoạt. Đó là y phục tốt đẹp về hình tướng. Nếu nói về giới hạnh thì không có loại y phục nào đẹp bằng áo giáp nhẫn nhục, đó chính là y phục tốt đẹp nhất và phải thật sự hành trì công phu mới có được. Còn nói về bảo vật trang nghiêm thì trên đời này không gì hơn trí tuệ. Cùng đi chung trên một con thuyền, người có vàng bạc, của cải có thể bị sóng biển nhấn chìm nhưng người có trí tuệ thì sẽ không mất đi. Người không có trí tuệ là người nghèo khổ nhất vì họ sẽ đánh mất đi mọi thứ đã có được. Ngược lại, người có trí tuệ là người giàu có nhất vì trong bất cứ hoàn cảnh nào rồi họ cũng sẽ làm ra được tiền bạc, của cải cũng như tạo được nhiều phước lành. Tràng hoa đẹp nhất trong đời này chính là hương đức hạnh. Cho nên, một người tu tập hành trì với tinh thần Kinh Dược Sư và niệm danh hiệu đức Dược Sư sẽ được đức Dược Sư gia bị cho có đầy đủ hết tất cả những phước lạc quý báu, sẽ có đủ trí tuệ, nhẫn nhục cũng như đức hạnh. Tất cả những báu vật này, người thế gian không thể nào có được.

Kinh văn

"Này Mạn Thù Thất Lợi, đó là mười hai lời nguyện nhiệm mầu của đức Dược Sư Lưu Ly Quang Như Lai Ứng Chánh Đẳng Chánh Giác phát ra trong khi tu hành đạo Bồ tát."

Đây chính là câu kết luận 12 hạnh nguyện của đức Dược Sư khi còn tu hành Bồ tát đạo. Vì vậy, chúng ta phát tâm tu nên có phát nguyện. Nhờ có nguyện lực, chúng ta sẽ tu tập tinh tiến, vì có tôn chỉ, đường hướng rõ ràng.

Kinh văn

"Lại nữa, Mạn Thù Thất Lợi, đức Dược Sư Lưu Ly Quang Như Lai kia khi còn tu hành đạo Bồ tát phát những lời nguyện rộng lớn và những công đức trang nghiêm ở cõi Ngài, dầu ta nói mãn một kiếp hay hơn một kiếp cũng không thể nào hết được. Nhưng ta có thể nói ngay rằng cõi Phật kia một bề thanh tịnh không có đàn bà cũng không có đường dữ và cả đến tiếng khổ cũng không.

"Ở cõi ấy đất toàn bằng chất lưu ly, đường đi có dây bằng vàng giăng làm ranh giới, còn thành quách cung điện, mái hiên, cửa sổ cho đến các lớp lưới bao phủ cũng toàn bằng đồ thất bảo làm ra. Thật chẳng khác gì những công đức trang nghiêm ở cõi Tây Phương Cực Lạc vậy."

Đức Phật chỉ nói một cách vắn tắt đại ý trong nội dung của 12 lời nguyện, vì nếu nói đầy đủ và chi tiết thì dù trải qua trọn kiếp hay hơn một kiếp vẫn không nói hết. Một kiếp (hay *kiếp-ba*, phiên âm chữ kalpa trong Phạn ngữ) là khoảng thời gian rất dài. Theo Đại từ điển Phật Quang, mỗi kiếp có bốn giai đoạn. Thứ nhất là giai đoạn trọn vẹn (viên mãn thời - kṛtayuga), tương đương khoảng một trăm bảy mươi hai vạn tám ngàn năm (1.728.000 năm). Thứ hai là giai đoạn chia ba (tam phân thời - tretāyuga), tương đương khoảng một trăm hai mươi chín vạn sáu ngàn năm (1.296.000 năm). Thứ ba là giai đoạn chia hai (nhị phân thời - dvāyuga), tương đương khoảng tám mươi sáu vạn bốn ngàn năm (864.000 năm). Thứ tư là giai đoạn chiến tranh (tranh đấu thời - kaliyuga), tương đương khoảng bốn mươi ba vạn hai ngàn năm (432.000 năm). Cộng cả bốn giai đoạn này là thời gian tương đương khoảng 4.320.000 năm, là một thời gian rất lâu. Tuy nhiên, ngay cả nếu như giảng giải đầy đủ và chi tiết về 12 lời nguyện của Đức Phật Dược Sư thì trải qua trọn thời gian này hoặc lâu hơn nữa cũng không thể giảng nói hết được.

Kinh văn nói cõi Phật Dược Sư *"không có đàn bà cũng không có đường dữ và cả đến tiếng khổ cũng không"* nên chúng ta hiểu rằng ở đó không có sự sinh ra từ ái dục như trong vòng luân hồi này, mà chúng sinh cõi ấy chỉ toàn là do phước nghiệp hóa sinh. Do vậy mà không có các đường dữ (địa ngục, ngạ quỷ, súc sinh) cũng như không có sự khổ não. Vì thế, kinh văn kết luận là cõi nước của Đức Phật Dược Sư không hề thua kém công đức trang nghiêm so với cõi Tây Phương Cực Lạc.

Kinh văn

"Cõi Phật ấy có hai vị đại Bồ tát là Nhựt Quang Biến Chiếu, và Nguyệt Quang Biến Chiếu, chính là hai bậc thượng thủ trong vô lượng, vô số Bồ Tát và lại là những bậc sắp bổ xứ làm Phật. Hai vị này đều giữ gìn kho báu Chánh pháp của Phật Dược Sư Lưu Ly Quang Như Lai."

Bồ Tát Nhật Quang Biến Chiếu còn có tên khác là Nhật Diệu Biến Chiếu. Thân ngài màu đỏ, trên tay thường cầm một cái Nhật Luân. Bồ Tát Nguyệt Quang Biến Chiếu còn có tên là Bồ Tát Nguyệt Tịnh, thân màu trắng và trên tay thường cầm biểu tượng vầng trăng, thường cưỡi trên con ngỗng. *"Nhật Quang Biến Chiếu Bồ tát và Nguyệt Quang Biến Chiếu Bồ tát chính là hai bậc thượng thủ ở trong vô lượng vô số Bồ tát và là bậc sắp bổ xứ làm Phật."* Chẳng khác nào đức Bồ tát Quán Thế Âm và đức Bồ Tát Đại Thế Chí ở cõi Tây Phương Tịnh Độ. *"Hai vị này đều giữ gìn kho báu chánh pháp của Phật Dược Sư Lưu Ly Quang Như Lai."*

Để tìm và gìn giữ được kho báu chánh pháp của Phật Dược Sư và Đức Phật Thích Ca, chúng ta phải nghiên cứu Kinh tạng, hiểu và thực hành theo lời Phật dạy.

Kinh văn

"Mạn Thù Thất Lợi, vì thế những kẻ thiện nam tín nữ nào có lòng tin vững chắc thì nên nguyện sinh về thế giới của Ngài".

Nếu chúng ta không đủ nhân duyên sinh về cõi Tây Phương Tịnh Độ thì hãy phát nguyện sinh về thế giới Đông Phương của đức Phật Dược Sư Lưu Ly Quang Như Lai. Trong Phật pháp, các cõi Tịnh độ của chư Phật đều không có sự hơn kém, nhưng có sự khác biệt về nhân duyên phước nghiệp của mỗi chúng sinh, có thể là thích hợp với một cõi này hay cõi khác. Và đó cũng chính là lý do chư Phật phải thị hiện vô số các cõi Tịnh độ trong mười phương để có thể nhiếp hóa, tiếp độ được hết thảy mọi chúng sinh với những nhân duyên, căn tánh khác biệt nhau.

60

V. THÀNH TỰU THÍ VÀ GIỚI

Đối với người tu, thí và giới là hai điều rất quan trọng. Thí là bố thí, ban cho, cúng dường. Giới là giới luật, giới hạnh. Đức Phật đã nói về Y Báo, Chánh Báo của Phật Dược Sư và nguyện lực cứu khổ chúng sinh của ngài, nay lại nói cho ngài Mạn Thù Thất Lợi về oai thần lực trong việc hành trì thí và giới.

Kinh văn

Lúc ấy Đức Thế Tôn lại bảo ông Mạn Thù Thất Lợi đồng tử rằng: "Có những chúng sinh không biết điều lành dữ, cứ ôm lòng bỏn xẻn tham lam, không biết bố thí mà cũng không biết quả báo của sự bố thí là gì, ngu si vô trí, thiếu hẳn đức tin, lại ham chứa chất của cải cho nhiều, đêm ngày bo bo gìn giữ, thấy ai đến xin, lòng đã không muốn, nhưng nếu cực chẳng đã phải đưa của ra thì đau đớn mến tiếc, dường như cắt thịt cho người vậy."

Có những chúng sinh không biết điều lành dữ, điều lành nghĩ là điều dữ, điều dữ lại nghĩ là điều lành. Điều dữ chính là điều gây ra tổn thương, khổ đau cho người khác, làm cho người khác bị mất mát, đọa lạc. Có trường hợp, người con trai thương một người con gái nhưng cô gái đó không có tình cảm với chàng trai. Sợ chàng trai sẽ đau khổ nên cô gái chấp nhận thương và nghĩ đó là làm một việc lành. Nhưng thật ra không phải vậy. Cách nghĩ như thế gọi là tà kiến, biên kiến, chứ không phải chánh kiến. Điều lành là điều có lợi cho bản thân mình và cho mọi người, trong hiện tại cũng như tương lai. Có người nói rằng sẽ làm tất cả mọi việc, miễn sao có lợi, vì đọc trong Kinh Vu Lan có câu *"tính sao có lợi thì làm"*, cho nên cứ việc gì có lợi là sẽ làm. Nhưng họ quên mất câu sau *"chẳng màng tội lỗi, bị giam, bị cầm"*. Vì vậy chúng ta phải nhìn nhận đúng sự thật, phân biệt rõ điều lành, điều dữ.

Rất nhiều người thấy người khác cúng dường hay mang của cải đi giúp đỡ những người xa lạ liền nói, tại sao không cho cha mẹ, anh em họ hàng nhà mình, mà lại đem đến chùa cúng dường cho người dưng như vậy là dại dột, lãng phí. Những người này đều không bố thí, không biết quả báo của bố thí là gì. Bố thí là đàn việt, đàn việt là vượt qua, ý nghĩa là nhờ bố thí mà vượt qua sinh tử. Mọi thứ trong cuộc đời không tự nhiên mà có, đều là do nhân đã gieo từ đời trước. Có nhiều người tuy không biết tới đạo Phật, không biết cúng dường, không được học giáo pháp, nhưng có tiền là nghĩ đến việc làm từ thiện, giúp đỡ người khác. Chẳng hạn, người ta tính rằng tài sản của ông tỷ phú Bill Gates nếu mỗi ngày tiêu phí một triệu đô thì cũng phải mất hơn hai trăm năm mới hết tiền. Nhưng ông lại là người ăn mặc đơn sơ, không dính mắc vào xa hoa, giàu sang. Đó là người có tâm thoát ly, tâm xả ly, tâm không đắm nhiễm. Người khác có một chút tài sản nhưng lại dính mắc vào tài sản, sinh ra tự mãn, nên năng lực phúc báu không có nhiều.

Ông Bill Gates có phước rất lớn nhưng không bao giờ tự mãn. Ông tổ chức làm từ thiện trên toàn thế giới. Chúng sinh mang ơn của ông rồi sẽ trả lại, vì vậy ông giàu lại càng giàu. Chúng ta đừng nghĩ mình nghèo nên không thể bố thí. Bố thí bằng lời nói cảm thông, bằng nụ cười khích lệ... cũng đều là bố thí, vì cũng có thể giúp ích, làm lợi lạc cho người khác. Nếu không bố thí sẽ không sinh ra phước. Không có phước thì sẽ nghèo khó mãi, lại càng ôm lòng bỏn sẻn, keo kiệt. Những người không biết điều lành dữ, bủn xỉn tham lam, không biết bố thí và quả báo của bố thí là người ngu si.

Người không học mà biết là thánh nhân, người học mà biết là hiền nhân, còn người học mà không biết là người ngu, người không có học là dốt. Dốt chưa hẳn đã ngu, vì họ chưa có điều kiện để học nhưng lại biết nhận thức đúng sai, biết tính toán. Họ học rồi sẽ biết, còn người ngu là người dù học mãi vẫn không biết.

Người vô trí là người không có trí tuệ, sống kiếp đần độn, thiếu đức tin. Không tin Phật, Pháp, Tăng, không tin lời dạy của Đức Phật và không tin chính bản thân mình, không tin vào nhân quả của việc bố thí nên không muốn cho ai thứ gì. Nếu phải cho thì cảm thấy đau buồn tiếc nuối.

Kinh văn

"Lại có vô lượng chúng hữu tình tham lận, chỉ lo tích trữ của cải cho nhiều mà tự mình không dám ăn tiêu, còn nói chi đến sự đem của ấy thí cho cha mẹ, vợ con, tôi tớ và những kẻ nghèo hèn đến xin. Những kẻ tham lận ấy khi chết bị đoạ vào đường ngạ quỷ hay bàng sanh."

Những người như thế này vẫn còn rất nhiều. Không chỉ là do tập khí tham lận nhiều đời trước, mà ngay cả hoàn cảnh sống trong đời này cũng góp phần làm cho người ta trở nên tham lận. Đặc biệt là những người dân quê nghèo khó, vì cuộc sống trước đây quá khổ nên khiến người ta mang tâm tích lũy, lo sợ. Họ sợ nếu có điều rủi ro xảy đến thì gia đình sẽ không có đủ thức ăn và những nhu cầu thiết yếu. Vì thế, họ luôn có khuynh hướng tích lũy thật nhiều, không dám ăn tiêu, may mặc, thậm chí hằng ngày luôn ăn uống khổ cực. Bản thân họ không dám ăn tiêu nên chuyện giúp đỡ cho cha mẹ, tôi tớ và những kẻ nghèo hèn đến xin cũng rất khó khăn.

Tuy nhiên, việc bố thí, giúp đỡ người khác là việc cần thiết phải làm, và đó mới chính là gieo nhân sung túc cho đời sau. Nếu chúng ta cứ giữ tâm bỏn sẻn, keo kiệt như vậy thì đời sau chắc chắn sẽ tiếp tục phải lãnh chịu cuộc sống nghèo hèn khốn khó, thậm chí nếu vì nghèo mà gây tạo nhiều nghiệp ác thì khi chết sẽ đọa vào đường dữ như trong kinh văn nói: *"Những kẻ tham lận ấy, khi chết bị đọa vào đường ngạ quỷ hay bàng sinh."*

Có rất nhiều loài ngạ quỷ khác nhau, họ đều là những chúng sinh đã gây tạo nhiều nghiệp ác. Do nhân đã tạo khác nhau, họ cũng phải tái sinh vào những hoàn cảnh sống khác nhau. Có loài chỉ thích ăn thịt tử thi, có loài thích ăn nước miếng, thích ăn đờm dãi, nước bọt, có loài lại thích ăn phân người, lại có loài ngạ quỷ trong miệng luôn phun ra lửa vì đói khát... Cũng có những loài ngạ quỷ miệng nhỏ như lỗ kim nhưng bụng lớn như cái trống, lúc nào cũng khao khát thèm muốn được ăn uống nhưng không bao giờ được ăn uống, phải chịu cảnh đói khát triền miên. Về hình dáng cũng rất khác nhau, có loài thân hình màu đen, có những loài thân cao lớn như ngọn núi, có loài móng chân, móng tay sắc nhọn như gươm dao, lại có loài nằm bò như loài rắn...

Trong kinh tạng Nikaya hay trong hệ thống kinh Bắc truyền đều có những bài kinh nhắc đến những loài ngạ quỷ. Trong một buổi thuyết pháp, Đức Phật lấy một chút đất bỏ vào lòng bàn tay đưa lên và hỏi: *"Này A Nan, ông xem đất trong tay ta so với đất trên cả địa cầu này thì như thế nào?"* Ngài A nan thưa rằng: *"Bạch đức Thế Tôn! Đất* ở trong tay của ngài rất ít, có chút xíu thôi, làm sao so được với lượng đất trên khắp quả địa cầu?" Đức Phật dạy: "Cũng vậy đó, số lượng những chúng sinh đủ phước lực được sinh vào trong cõi trời và cõi người chỉ như chút đất trong tay ta, còn vô số những chúng sinh khác phải sinh vào trong địa ngục, ngạ quỷ, súc sinh, a-tu-la thì nhiều như đất trên khắp quả địa cầu này." Như vậy, chúng ta thấy được rằng thân người là rất hiếm hoi, khó được. Vậy mà đã được làm người rồi, nhiều khi chúng ta lại mất thời gian vào những việc chỉ gây ra khổ não. Chúng ta dành nhiều ngày, thậm chí nhiều năm để ôm ấp những nỗi buồn, những sự giận hờn, ganh ghét, đố kỵ... Tại sao chúng ta không biết tận dụng mọi khả năng, mọi hoàn cảnh để sống có ý nghĩa hơn? Chúng ta không thay đổi được hoàn cảnh, nhưng có thể thay đổi suy nghĩ, nhận thức, và như vậy sẽ giúp mình được an ổn hơn, rồi hoàn cảnh cũng tự nhiên sẽ thay đổi tốt hơn.

Kinh văn nói đến *"ngạ quỷ và bàng sinh"*. Bàng sinh (旁生) là tên gọi khác để chỉ loài súc sinh. Từ điển Phật Quang giải thích rằng, các loài này không thể đi theo chính đạo của cõi người, cõi trời nên gọi là *bàng sinh*, do nghĩa chữ bàng (旁) là bên cạnh, đứng ngoài, không thuộc về đường chính, như cách nói bàng môn tả đạo là để chỉ những giáo phái tà vạy, sai trái.

Kinh văn

"Mặc dầu ở trong ác thú, nhưng nhờ đời trước, sống trong cõi nhân gian đã từng nghe qua danh hiệu của đức Dược Sư Lưu Ly Quang Như Lai, mà nay lại còn nhớ niệm đến danh hiệu Ngài thì liền từ cõi ấy thoát sinh trở lại làm người."

Nhờ công đức hành trì kinh điển, tụng Kinh Dược Sư, niệm danh hiệu Dược Sư Lưu Ly Quang Vương Phật đã được lưu nhớ trong tâm thức của chúng ta và nằm im ở đó qua nhiều đời nhiều kiếp Khi sống trong hoàn cảnh không biết nhân quả, không có đức tin, không biết điều lành, điều phước, không biết bố thí, sống trong tham lam, bỏn sẻn, người này sẽ bị đọa vào loài ngạ quỷ hay bàng sinh. Nhưng nhờ năng lực công đức kiếp trước và nhớ đến việc niệm danh hiệu đức Dược Sư Lưu Ly Quang Vương Như Lai một câu thôi, năng lực này sẽ giúp cho họ chấm dứt đau khổ trong ngạ quỷ, súc sinh, được thoát sinh làm người.

Kinh văn

"Khi đã được làm người lại nhớ đến kiếp sống trong đường ngạ quỷ, súc sinh, biết sợ sự đau khổ nên không ưa đắm dục lạc mà còn muốn tự mình làm việc bố thí, khen ngợi người khác làm việc bố thí, không tham tiếc món gì và lần lần có thể đem cả đầu, mắt, tay, chân hay máu thịt của thân mình mà bố thí cho những kẻ đến xin cũng được, huống chi của cải là những vật thừa."

Thầy có một người đệ tử thỉnh thoảng nhìn thấy những loài ngạ quỷ, nhất là khi ngồi thiền. Năm 17 tuổi, người đệ tử này bỗng nhiên ngậm miệng, nước uống trong miệng trào ra giống như bị sốc, bị hoảng sợ. Thầy biết tin nên đi lên chính điện, bảo mọi người tránh ra ngoài và mời riêng chú này lên nói chuyện. Thầy nói rằng, thầy không cần con nói, khi thầy nói đúng thì con gật, không đúng thì con lắc đầu. Thầy hỏi: *"Con đã nhìn thấy nhiều loài oan hồn uổng tử đói khát, hình thù quái dị, khổ đau khủng khiếp phải không?"* Chú gật đầu và nước mắt chảy ra. Thầy nói: *"Các loài ngạ quỷ đói khát là chúng sinh đáng thương xót, do tham lam, bỏn sẻn mới phải chịu đọa vào trong cảnh này.*

Con nên khởi lòng đại bi, tu tập và hồi hướng công đức cho những chúng sinh này, không nên hoảng loạn và ghê sợ." Tự nhiên chú bình tĩnh lại, nói: *"Khủng khiếp quá thầy, từ nhỏ đến giờ con chưa bao giờ thấy như vậy."* Thầy khuyên chú nên lạy sám hối một thời gian rồi mới thiền định trở lại. Nhờ lạy sám hối nên lòng đại bi, tình thương được sinh ra, ngồi thiền thỉnh thoảng lại thấy nhưng chú không còn sợ, vì đã hiểu rõ nhân quả và nhân duyên của mình. Cũng có thể trong nhiều đời chú có duyên hoặc một hai kiếp gần nhất chú là ngạ quỷ vừa mới được tái sinh làm người nên còn nhớ.

Đức Lục Tổ là một người đã thông suốt kinh tạng nhưng vì một nhân duyên hoặc là một sự phát nguyện nào đó mà ngài đã sinh vào vùng biên địa hạ tiện, làm một người dân tộc thiểu số, không biết chữ, quê mùa. Một lần, ngài nghe được một câu kinh Kim Cang thì như nhớ lại toàn bộ thiên kinh vạn quyển và sau đó được Ngũ Tổ khai ngộ, ngài giác ngộ trở thành một vị Tổ. Tất cả là do sự huân tập trong tâm chúng ta, chúng ta nên huân tập những điều tốt, điều thiện, không huân tập điều xấu. Huân tập là tích chứa điều gì thì lâu ngày trong tâm sẽ chịu ảnh hưởng của đó. Tâm mình như một kho chứa, chúng ta bỏ vào tâm cái gì, đến ngày đủ duyên nó sẽ hiện ra cái đó. Người hiểu rõ sẽ không còn tham đắm dục lạc. Tham đắm dục lạc là một yếu tố của lòng tham, của bỏn sẻn và ngược lại, khi nhận ra được nhân quả rồi thì sẽ phát tâm bố thí, phước đức lúc này mới trọn vẹn. Còn nếu thấy người cho mình cũng cho nhưng không hiểu, không biết tại sao mình cho, dùng tâm cho như thế nào mới đúng thì phước đức không trọn vẹn. Không tự mình bố thí được nhưng khen ngợi người khác làm việc bố thí, tùy hỷ công đức của người bố thí thì cũng được phước rất lớn.

"Không tham tiếc món gì", nói như vậy nhưng chúng ta cũng rất khó nhận ra điều này. Có một người mới mua chiếc xe, ông lau chùi rất cẩn thận, nhưng người con trai lại cầm chìa khóa cào lên chiếc xe đó. Người cha tham tiếc chiếc xe mới nên tức giận đánh con một cái, không ngờ quá mạnh làm gãy tay. Khi sân hận nổi lên, chúng ta không lượng được sức mình, chỉ nghĩ rằng đánh để dọa, để con không nghịch phá nữa, nhưng không ngờ lại đánh gãy tay con phải nhập viện. Trong lúc mê sảng, đứa con nói rằng chỉ muốn khắc lên xe mấy chữ rằng *"con yêu cha"*. Lúc đó người cha khóc và hối hận tột độ.

Chính vì tham tiếc nên chúng ta mới sinh ra những hành động như vậy, chúng ta quên mất tình cha con, quên mất sự đau khổ của con mình, chỉ biết giận hờn, oán trách người xung quanh. Nếu như những người có tâm tham tiếc phát triển được lòng bố thí, họ cũng sẽ đạt được trình độ Bố thí ba-la-mật. Trong kinh nói rằng những người này *"lần lần có thể đem cả đầu, mắt, tay, chân hay máu thịt của thân mình mà bố thí cho những kẻ đến xin cũng được, huống chi của cải là những vật thừa."*

Kinh văn

"Lại nữa, Mạn Thù Thất Lợi, trong chúng hữu tình nếu có những người nào thọ các giới của Phật để tu học mà lại phá giới, hoặc có kẻ không phá giới mà lại phá phép tắc, hoặc có kẻ tuy chẳng phá giới và phép tắc mà lại hủy hoại chánh kiến, hoặc có kẻ tuy không hủy hoại chánh kiến mà lại bỏ sự đa văn nên không hiểu được nghĩa lý sâu xa trong kinh Phật nói, hoặc có kẻ tuy đa văn mà có thói tăng thượng mạn, do thói tăng thượng mạn ấy che lấp tâm tánh, cố chấp cho mình là phải, người khác là

quấy, chê bai Chánh pháp, kết đảng với ma. Những kẻ ngu si ấy tự mình đã làm theo tà kiến mà lại còn khiến cho vô số ức triệu chúng hữu tình cũng bị sa vào hố nguy hiểm."

Những loài có tình thức, tham sống sợ chết, gọi chung là chúng hữu tình. Có người nói rằng: "Vật dưỡng nhân." Câu đó đúng hay sai? Con vật nào cũng tham sống sợ chết, con người cũng vậy, nhưng lại dùng sức mạnh và sự khôn ngoan hơn của mình để giết hại loài vật nhằm nuôi sống thân mạng mình, rồi lại biện hộ rằng *"vật dưỡng nhân"*, không thể như vậy được. Không có con vật nào tự nguyện nói rằng: *"Ông hãy ăn tôi đi, tôi sinh ra là để nuôi dưỡng ông."* Khi ta ăn thịt chúng sinh, chúng sinh đó sẽ oán giận. Mặt khác, khi mình ăn nó, nó sẽ ăn lại mình, đó là nhân quả. Vì vậy, lập luận cho rằng *"vật dưỡng nhân"* là không đúng. Nghiệp giết hại sẽ chiêu cảm nghiệp xấu đến với chúng ta, vì chúng hữu tình đều có tri giác nhận biết, có tình thức và biết tham sống sợ chết. Đối với những người thọ các giới của Phật như 5 giới, 10 giới, Sa Di giới, Tỳ kheo giới, Tỳ kheo Ni giới, Thức-xoa-ma-na, hoặc là thọ Bồ tát giới, Bồ tát tại gia, Bồ tát xuất gia... để tu hành, nhưng lại phá giới, phá phép tắc. Giờ người ta đi ăn mình đi ngủ, giờ người ta ngủ mình đi chơi, giờ người ta tu thì mình ngủ, giờ người ta đi chơi mình ngồi thiền. Những người như vậy phá hết phép tắc, làm đảo ngược tất cả những quy định. Trong thực tế, muốn tu tập có kết quả, chúng ta phải luôn luôn có phép tắc.

Phép tắc, quy định chặt chẽ trong cuộc sống tu hành mới tạo thành oai nghi tế hạnh của một người tu. Là người tu, chúng ta cần phải tỉnh giác trong mọi hành vi, cử chỉ, cho đến việc đội nón, mặc áo cũng phải xem là quan trọng, luôn chú ý chỉnh sửa mọi thứ cho thật tôn nghiêm, khi người khác nhìn vào thấy rõ được oai nghi phép tắc thì mới có thể thật lòng cung kính.

"Hoặc có kẻ không phá giới mà lại phá phép tắc, hoặc có kẻ tuy chẳng phá giới và phép tắc mà lại hủy hoại chánh kiến."

Thứ nhất là phá giới, thứ hai là phá phép tắc, thứ ba là hủy hoại chánh kiến. Chánh kiến là nhận thức chân chánh từ giới nhưng không để bị mắc kẹt vào giới.

Ngày xưa có một vị thiền sư nổi tiếng hiền từ. Một hôm, có con nai trên núi xuống gần chùa ăn cỏ, vị thiền sư lập tức lấy gậy rượt theo đập đuổi, con nai hoảng hốt chạy thoát đi. Đệ tử của thiền sư và dân làng thấy vậy đều thất vọng, nghĩ rằng mình đã tin lầm người, vì vị thiền sư này không có lòng từ bi thương loài vật, lại rượt đuổi một con nai làm mất đi oai nghi của một bậc trưởng lão.

Có một đệ tử vì không nén được sự bất bình với hành vi của thầy, liền đến thưa hỏi và nói rõ nhận định của mọi người về thiền sư. Lúc đó, vị thiền sư mới nói rằng: "Nếu để con nai này xuống gần chùa ăn cỏ, tuy nhà chùa không ai làm hại nó, nhưng nó sẽ thành thói quen mà thường xuống đây ăn, thế nào cũng sẽ bị kẻ tham ác trong làng giết hại. Cho nên ta phải rượt đuổi, làm cho nó hoảng sợ không dám xuống gần chùa nữa, như vậy là để giữ mạng sống cho nó được an toàn." Lòng từ bi có trí tuệ là như vậy, phải biết cách hành xử để mang lại lợi lạc cho chúng sinh.

Chánh kiến thường giúp chúng ta phá tan sự nghi ngờ, phá tan tà kiến. Muốn có chánh kiến, phải nhận ra chân tướng sự thật của vấn đề. Phải dựa trên nền tảng là Tứ Diệu Đế, phải nhận ra được Tứ Diệu Đế mới đủ chánh kiến. Không có Tứ Diệu Đế không phải là chánh kiến. Tiến xa hơn nữa thì nhận chân được các pháp vô ngã mới thực sự là có chánh kiến. Bởi các pháp là vô ngã nhưng mình chấp là hữu ngã nên mới trôi lăn trong lục đạo luân hồi. Mình sống trong nhân ngã bỉ thử này thì không thể gọi là có chánh kiến. Nói *"hủy hoại chánh kiến"* ở đây chính là nói người tu tập mà nhận thức hoàn toàn ngược lại với giáo pháp vô ngã, ngược lại với nền tảng Tứ Diệu Đế.

"Hoặc có kẻ tuy không hủy hoại chánh kiến mà lại bỏ sự đa văn nên không hiểu được nghĩa lý sâu xa trong kinh Phật nói."

"Bỏ sự đa văn" là ý nói bỏ đi sự học rộng nghe nhiều trong Phật pháp, không phải nói đến sự *"quảng văn bác học"* của các pháp thế tục. Do bỏ mất sự đa văn trong Phật pháp nên *"không hiểu được nghĩa lý sâu xa trong kinh Phật nói"*. Từ câu kinh này, chúng ta hiểu được rằng việc tu học tuy chỉ nên tinh chuyên ở một pháp môn, nhưng rất cần phải nghe nhiều học rộng mới có thể thể hiểu hết được nghĩa lý sâu xa. Cho nên mới có lời nguyện *"pháp môn vô lượng thệ nguyện học"*. Ngược lại, Đức Phật khuyên chúng ta không nên chạy theo sự học rộng nghe nhiều đối với các pháp thế tục, vì các pháp ấy đều là hư huyễn, giả hợp, nên học rộng nghe nhiều chỉ khiến tâm mình sinh loạn động, nhiều vọng thức điên đảo. Vì vậy, trong Phật pháp có câu: *"Quảng văn bác học nan độ."* (Người học rộng nghe nhiều rất khó hóa độ.) Chúng ta cần phân biệt rõ sự học rộng nghe nhiều trong Phật pháp là hoàn toàn khác với những kẻ chỉ biết tích lũy tri kiến thế gian. Còn trong sự tu tập hành trì thì phải tinh chuyên, chẳng hạn như không cần tụng nhiều bộ kinh, chỉ chuyên tụng một bộ thôi, nhưng phải học hỏi thấu đáo để hiểu được những nghĩa lý sâu xa trong bộ kinh đó. Thậm chí nếu không thích hợp tụng kinh thì chỉ chuyên niệm một câu A Di Đà Phật cũng có thể gọi

là đủ, nhưng nhất thiết phải học sâu hiểu rộng để có thể nhận thức đúng và đầy đủ về ý nghĩa sâu xa của việc niệm Phật. Vì không hiểu được những lý lẽ như trên nên chúng ta mới bỏ sự đa văn, thành ra không hiểu hết ý nghĩa lời Phật dạy, do đó càng sinh tâm điên đảo, tà kiến nhiều hơn. Việc học hỏi trong Phật pháp là cầu sự đa văn, nghe nhiều, học nhiều, nhưng phải luôn vận dụng vào sự tu tập hành trì. Nếu không vận dụng tu tập hành trì, chắc chắn sẽ khởi sinh thói tăng thượng mạn, bởi chỉ có sự tích lũy nhiều tri thức mà không có công phu tu tập. Những người như vậy, ỷ mình học nhiều, có học vị cao cho nên không nghe ai. Việc học như vậy sẽ không có lợi gì cho sự tu tập.

"Hoặc có kẻ tuy đa văn mà có thói tăng thượng mạn", thói tăng thượng mạn là nghĩ mình đã hoàn thiện, tự cho mình cao cả, là bậc thầy của người khác, thậm chí tự cho mình đã chứng thánh. Do thói tăng thượng mạn nên *"che lấp tâm tính"*, thói tăng thượng mạn này che lấp tâm trí, ngã mạn tăng lên, luôn cho rằng mình hơn người, không cần học nữa vì mình đã tốt rồi. Đó chính là ngã mạn. Người có thói tăng thượng mạn, sẽ che lấp tâm trí, *"cố chấp cho mình là phải, người khác là quấy"*. Lúc nào cũng cho rằng mình đúng, người khác sai, người nào làm trái với mình, không giống mình là sai, đó là điều phi lý vô cùng. Ở trong đại chúng, sống với nhiều người mà chúng ta biết cách khéo léo, chấp nhận thì sống trong một tập thể hay một đạo tràng chúng ta sẽ không có phiền não vì tất cả mọi điều tốt xấu chúng ta đều có thể dung chứa được.

Do những người này *"cố chấp cho mình là phải, người khác là quấy, chê bai chánh pháp, kết đảng với ma. Những kẻ ngu si ấy tự mình đã làm theo tà kiến mà lại còn khiến cho vô số ức triệu chúng hữu tình cũng bị sa vào hố nguy hiểm."*

Đoạn kinh văn này rất đặc biệt. Đức Phật nói đến thứ nhất là phá giới, thứ hai là phá phép tắc, thứ ba là hủy hoại chánh kiến, thứ tư là bỏ sự đa văn, thứ năm là thói tăng thượng mạn, thứ sáu là cố chấp chê bai chánh pháp. Lỗi đầu tiên của con người là cố chấp và chê bai. Từ sự cố chấp, chê bai này chỉ còn thấy mình đúng, người khác sai, từ đây chúng ta dễ sinh lòng ngã mạn, không chịu học hỏi, lắng nghe, không chịu sự khuyên bảo của người khác, cho nên bỏ đi sự đa văn. Người như vậy đi vào trong tà kiến, hủy hoại chánh kiến. Nuôi dưỡng tà kiến thì hành động sai lệch, phá phép tắc dẫn đến phá giới. Phá giới rồi thì đọa lạc trong kiếp khổ đau.

Đoạn kinh này cho chúng ta thấy những sai lầm từ lớn nhất tới nhỏ nhất, từ trung tâm đến bên ngoài. Duyên phá giới đầu tiên là do sự cố chấp, chê bai chánh pháp, khen mình chê người, rồi từ đó che lấp tâm trí, không chịu học hỏi để thấy cái sai của mình. Như giặc đánh, đầu tiên đánh vào biên ải rồi đánh dần tới nội thành, vào nội thành rồi bắt đầu hạ được cận vệ quân, bắt nhà vua. Cho nên, việc giữ giới phải giữ từ bên ngoài. Có thận trọng ngăn giữ được từ những hành vi nhỏ nhặt nhất thì mới bảo vệ được sự tinh sạch, thanh tịnh trong tu tập, rồi mới mong đạt tới sự an định và khởi sinh trí tuệ giải thoát.

"Những kẻ ngu si ấy tự mình đã làm theo tà kiến mà lại còn khiến cho vô số ức triệu chúng hữu tình cũng bị sa vào hố nguy hiểm." Những người ngu si do sự sai trái của họ mà tác động đến người khác. Tự thân họ đã sai lầm nhưng lại dạy bảo, chỉ dẫn người khác đi theo sự sai lầm đó. Họ khuyến khích người khác làm sai, họ muốn người khác cũng sai trái giống như họ. Vì vậy, thầy tà bạn ác là mối nguy hiểm rất lớn trên con đường tu tập. Người tu tập nhất định phải phát tâm cầu minh sư và thiện tri thức.

Phải thường thân cận với thầy hiền bạn tốt và phải cẩn thận tránh xa thầy tà bạn ác.

Kinh văn

"Những chúng hữu tình ấy bị trôi lăn trong các đường địa ngục, ngạ quỷ bàng sinh không khi nào cùng. Nhưng nếu nghe được danh hiệu của đức Dược Sư Lưu Ly Quang Như Lai thì họ liền bỏ những hạnh dữ tu theo các pháp lành, khỏi bị đọa vào vòng ác thú nữa."

Thần lực của danh hiệu đức Dược Sư rất vĩ đại. Những chúng hữu tình ngã mạn cang cường như vậy, nhưng khi đọc được, nghe được và niệm được danh hiệu của đức Dược Sư Lưu Ly Quang Như Lai thì tự mình sẽ xóa bỏ những thứ tà kiến điên đảo và sinh ra phước đức, được sống trong chánh kiến, không bị đọa lạc, được giải thoát khỏi khổ đau sinh tử luân hồi. Ở đây cần phân biệt hiểu rõ cả hai ý nghĩa tự lực và tha lực trong sự giải thoát. Nhờ vào nguyện lực của đức Phật Dược Sư mà người niệm danh hiệu ngài có thể xa lìa ác hạnh, đó là tha lực. Nhưng cũng cần có sự nỗ lực của tự thân tu theo các pháp lành thì mới thực sự không còn phải đọa vào các đường dữ, đó là tự lực. Nếu chỉ trông chờ nơi tha lực mà không có sự nỗ lực tu tập của chính mình thì chắc chắn cũng không thể thành tựu sự giải thoát.

Kinh văn

"Giả sử có người không thể bỏ những hạnh dữ, và không tu theo những pháp lành mà phải bị đọa vào trong ác thú thì cũng nhờ oai lực bổn nguyện của đức Dược Sư khiến cho họ, khi tạm nghe được danh hiệu Ngài, liền từ nơi ác thú mạng chung, trở sinh vào cõi người, được tinh tấn tu

hành trong sự hiểu biết chơn chánh, khéo điều hoà tâm ý, bỏ tục xuất gia thọ trì và tu học theo giáo pháp của Như Lai, đã không hủy phạm lại thêm chánh kiến đa văn, hiểu rõ nghĩa lý sâu xa, lìa được thói tăng thượng mạn, không chê bai Chánh pháp, không bè bạn với ma, dần dần tu hành theo hạnh Bồ Tát chóng được viên mãn."

Hạnh dữ là lối sống hung dữ, có người không thể bỏ được. Những người trẻ tuổi sẽ dễ dàng sửa đổi hơn những người lớn tuổi. Người Phật tử đã phát nguyện cầu đạo thì phải buông bỏ những hạnh dữ, tu tập thực hiện theo pháp lành. Những pháp lành là tụng kinh, bái sám, hành thiền, thấy người làm thiện mình làm theo hoặc không làm thì hoan hỷ, tán thán.

Không có trường học nào ở trên đời dạy cách giết người, ăn trộm hay nói dối...nhưng nhiều người vẫn biết làm những việc đó là vì tập khí, nghiệp báo của họ, những người này không tu theo pháp lành. Muốn tu theo pháp lành họ phải dừng lại, lấy giới luật làm cơ sở để dừng, để dựa vào. Đức Phật nói, sau khi ta Niết Bàn các con hãy lấy giới luật làm thầy và nương tựa vào chính bản thân mình. Hãy lập cho mình một hải đảo cô đơn, một hải đảo an toàn cho tự tâm của mình. Một người tự sống kiềm thúc lục căn, dù sống trong rừng núi cũng không sợ hãi, không cảm thấy cô đơn.

Người tu phải biết quay về tự xét bên trong mình, đứng trước những lỗi lầm của người khác, mình phải trở về quán chiếu tự tâm của mình, tự xét lỗi mình, không nên lên tiếng bình phẩm người khác. Nếu tự lấy mình ra làm thước đo đạo đức, là chuẩn mực trong xã hội rồi phán xét người khác, đó chính là tạo nghiệp, chỉ nhìn thấy lỗi của người mà không thấy lỗi mình. Người không thấy lỗi mình thì không bao giờ biết tu. Mỗi người thích hợp với một cách tu, nhưng dù là cách nào, muốn tu pháp lành thì cũng phải tinh tấn, siêng năng, tự thân mình nỗ lực thì phước đức mới trọn vẹn.

Lộ trình tu tập chung cho tất cả mọi người thường luôn khởi đầu từ sự tác ý và sau đó nhờ vào sự hồi hướng để đạt đến sự giác ngộ rốt ráo. Chúng ta phát tâm tu tập với một ý niệm đầu tiên, gọi là tác ý. Từ tác ý ban đầu đó rồi mới phát khởi nên một lộ trình tu tập. Tác ý ban đầu có khuynh hướng như thế nào, tính chất như thế nào thì lộ trình tu tập sẽ đi theo hướng như thế đó. Nếu tính chất của tác ý khởi lên từ sự tham lam thì sẽ chiêu cảm đến vô lượng cảnh giới tham lam. Nếu tác ý khởi lên từ sự giết hại thì người đó sẽ đi theo con đường giết hại, và nếu tác ý si mê thì sẽ đi theo con đường si mê. Tác ý rất quan trọng. Nếu chúng ta tự chủ được tất cả các tác ý thì chúng ta sẽ dễ dàng đi theo con đường hướng đến quả thành Phật. Nếu như không kiểm soát được, chính tác ý sai lạc sẽ dẫn mình đi vào sa đọa. Nếu như tác ý chân chánh khởi sinh động cơ là tâm Bồ-đề thì sẽ đưa đến an lạc. Còn nếu tác ý thiếu sự dẫn dắt của tâm Bồ-đề thì sẽ đưa đến khổ đau, đây gọi là ma sự.

Khi tác ý hiền thiện khởi lên và chúng ta làm xong một Phật sự, một việc thiện thì chúng ta phải hồi hướng. Hồi hướng đến quả vị Vô thượng Chánh đẳng Chánh giác, hồi hướng cho chúng sinh trong khắp pháp giới đều trọn thành Phật đạo. Hướng tâm về quả vị Vô thượng Chánh đẳng Chánh giác là điều rất quan trọng, giúp chúng ta không bao giờ đi lầm đường. Cho nên phải giữ tâm hồi hướng, hướng tất cả công đức của mình có được tới hết thảy chúng sinh, "tình dữ vô tình" đều trọn thành Phật đạo. Tự thân mình và tất cả chúng sinh đều trọn thành Phật đạo.

Lộ trình tu tập từ tác ý ban đầu đến thành tựu quả Phật là gần hay xa, nhanh hay chậm, đều do chính mình. Trên đường tu tập, chúng ta không được quên mục đích ban đầu. 12 lời nguyện của Đức Phật Dược Sư từ lúc ngài còn là một vị Bồ tát cũng vậy. Ngài khởi tâm lập nguyện, ngài theo đó tu hành, hồi hướng và cuối cùng ngài thành Phật. Chúng ta phải học theo hạnh của ngài.

Nếu có một người nào không biết tu pháp lành, sống theo thói ác, khi chết bị đọa vào trong ác thú. Nhờ công đức, oai lực của Phật Dược Sư nên khi người ấy được tạm nghe qua danh hiệu ngài liền mạng chung, chấm dứt đời sống trong cõi ác và được trở lại sinh vào cõi người.

Trong vòng luân hồi, khi chưa có đủ tuệ giác giải thoát thì chúng ta không thể biết được việc một người chết đi là hạnh phúc hay khổ đau. Có những đứa trẻ chết đi trong khoảng 5 đến 10 tuổi, nhưng thật ra là vì đã trả xong nghiệp ở cõi người nên chết đi để tái sinh ngay về cõi trời hưởng sự an lạc, phước đức lớn lao hơn nhiều. Như vậy, chúng ta chỉ nhìn thấy sự yểu mạng của đứa trẻ, nhưng không nhìn thấy được phước lực cõi trời. Ngược lại, chính bản thân chúng ta sau khi chết đi có được an lạc hay không, hoặc cũng có thể bị đọa xuống các cảnh giới địa ngục, ngạ quỷ, súc sinh, chúng ta đều không thể biết trước, vì không đủ tuệ giác để nhìn thấy. Cho nên, khi còn được mang thân người, có điều kiện để tu tập thì phải nỗ lực tu tập, phải phát tâm hồi hướng. Sự hồi hướng phước đức sẽ có sự chiêu cảm, sự tinh tấn tu hành sẽ mang lại thành quả. Tinh tấn là nỗ lực dứt trừ những điều ác đã phát sinh và ngăn chặn những điều ác chưa phát sinh, không cho có cơ hội phát sinh. Tinh tấn cũng là làm cho những ý nghĩ thiện chưa phát sinh sẽ được phát sinh, và nếu phát sinh rồi thì được tăng trưởng nhiều hơn. Vì vậy, sự tinh tấn rất quan trọng, vì nhờ đó mà ta có thể *"bỏ những hạnh dữ"* và *"tu theo những pháp lành".*

Cho nên, những người này có nhân duyên với danh hiệu của đức Phật Dược Sư liền được *"trở sinh vào cõi người, được tinh tấn tu hành trong sự hiểu biết chân chánh".*

Tu tập trong sự hiểu biết chân chánh của chánh pháp là điều rất khó. Muốn hiểu biết chân chánh phải học pháp. Không học hỏi giáo pháp không thể gọi là tu theo hiểu biết chân chánh.

Tu hành trong sự hiểu biết chân chánh và *"khéo điều hòa tâm ý"* của chính mình. Lấy ví dụ như trong lúc ăn cơm tại đạo tràng, chúng ta ăn nhầm miếng ớt và bị sặc, chúng ta thấy khó chịu trong lòng. Nếu lúc đó chúng ta không biết điều hòa tâm ý của mình thì sẽ trách đạo tràng nấu cơm lạ kỳ, cho người ta ăn cay thì ăn sao được, lần sau sẽ không đến đây tu nữa... Nhưng nếu chúng ta biết khéo điều hòa tâm ý, chúng ta sẽ nghĩ rằng, người nấu ăn muốn cho ớt vào để món ăn thêm vị ngon, chỉ tại mình không quen ăn ớt. Họ đã rất thành tâm nấu cho mình ăn rồi, mình cũng nên hoan hỷ theo lối sinh hoạt trong tập thể.

Mình để tâm ý mình lắng đọng xuống sẽ không có phiền não, không có những hậu quả đáng tiếc từ việc tâm ý bị khuấy động. Nếu hiểu biết chân chánh ở trong giáo pháp, khéo điều hòa và phát triển tâm ý, những người như vậy có thể *"bỏ tục xuất gia".*

Xuất gia có ba nghĩa là *xuất thế tục gia, xuất phiền não gia* và *xuất tam giới gia.* Văn Quy Sơn cảnh sách dạy rằng: *"Phù xuất gia giả, tâm hình dị tục, phát túc siêu phương, thiệu long Thánh chủng, chấn nhiếp ma quân."* Phàm người xuất gia, tâm niệm và thân tướng đều khác với đời. Người đời tham ăn, tham ngủ, tham tiền bạc, danh sắc, tham mọi thứ ngũ dục, còn người xuất gia phải đi ngược lại, đi ngược dòng đời, nghịch lưu, đó là hạnh của người xuất gia. Người đời để tóc, cài hoa, trang điểm... nhưng người xuất gia từ bỏ mái tóc, đó chính là hình dáng khác người đời. Người đời mặc áo này, quần kia nhưng người xuất gia chỉ mặc duy nhất áo nâu sòng, đơn sơ giản dị, nên nói là tâm hình dị tục. *"Phát túc siêu phương"*, cất bước vượt cả ngàn phương. *"Thiệu long Thánh chủng"*, làm cho hạt giống của bậc Thánh được tăng trưởng. *"Chấn nhiếp ma quân"*, chỉ có thiệu long Thánh chủng mới chấn nhiếp được ma quân. Đó là những tiêu chuẩn của người bỏ tục xuất gia.

Tóm lại, muốn xuất gia thì ít nhất phải dứt bỏ được tư tưởng thế tục. Nếu ôm giữ tư tưởng thế tục thì không thể làm người xuất gia. *"Và tu học theo giáo pháp của Như Lai."* Giáo pháp của Như Lai chính là Kinh điển, cần phải tu học theo. Như khi trì tụng Kinh Dược Sư này, chúng ta phải ghi nhớ trong lòng, học theo lời dạy của đức Phật Dược Sư để phát tâm làm theo. Như vậy sẽ được ngài gia trì.

"...và tu học theo giáo pháp của Như Lai, đã không hủy phạm lại thêm chánh kiến đa văn, hiểu rõ nghĩa lý sâu xa, lìa được thói tăng thượng mạn, không chê bai chánh pháp, không bè bạn với ma, dần dần tu hành theo hạnh Bồ tát chóng được viên mãn."

Nhờ năng lực gia trì của đức Dược Sư Lưu Ly nên người nghe được danh hiệu ngài có thể thành tựu những công đức lớn lao như vậy. Trong sự tinh tấn luôn luôn có sự nhẫn nhục, hai điều này luôn đi đôi với nhau. Cho nên kinh văn nói rằng *"tinh tấn tu hành trong sự hiểu biết chân chánh, khéo điều hòa tâm ý"*, đó chính là hàm ý tinh tấn có trí tuệ và sự nhẫn nhục, điều phục tâm ý.

Ngày xưa, Tôn giả Phú Lâu Na là một vị Tôn giả có khả năng giải thuyết, giảng pháp rất lưu loát. Vì vậy ngài được xưng tôn là bậc thuyết pháp đệ nhất. Một hôm, Tôn giả Phú Lâu Na thưa với Đức Phật xin được đến thuyết pháp giáo hóa ở xứ Du-lô-na (Surapatanta). Đức Phật đã biết dân làng nơi ấy rất hung ác, nghiệp giết hại rất nặng, chẳng những rất khó giáo hóa họ mà còn có thể nguy hiểm đến tánh mạng. Vì vậy, đức Phật tỏ ý không muốn ngài Phú Lâu Na đến đó.

Đức Phật hỏi: "Này Phú Lâu Na, khi ông đến đó nếu bị người ta mắng chửi thì ông làm thế nào?"

- Bạch Thế Tôn, nếu người ta mắng chửi con, con nghĩ rằng họ rất tốt bởi vì họ chưa lấy gạch đá ném con.

- Nếu người ta lấy gạch đá ném ông thì sao?

- Bạch Thế Tôn! Họ vẫn còn tốt bụng bởi vì chưa đến nỗi dùng dao gậy làm con tổn thương, làm con chảy máu.

- Nếu người ta làm ông chảy máu thì sao?

- Bạch đức Thế Tôn, họ vẫn còn tốt bụng vì chưa đến nỗi giết chết con.

- Vậy nếu họ giết ông thì sao?

- Bạch Thế Tôn, con cảm ơn họ vì đã giúp con có một đời sống hy sinh vì đạo.

Đức Phật nói: "Nếu ông khởi tâm như vậy để hoằng pháp, ta tin rằng ông sẽ hoàn thành được tâm nguyện."

Ngài Phú Nâu Na đến đó, quả nhiên được thành tựu viên mãn, giáo hóa rất nhiều đệ tử và làm cho dân chúng trong vùng biết quy ngưỡng, tin theo Phật pháp.

Trong Tứ nhiếp pháp Đức Phật dạy phải bố thí, ái ngữ, lợi hành, đồng sự. Trong đó, bố thí nhiếp là cho người khác một thứ gì đó giá trị vật chất hay tinh thần nào đó để kết duyên, từ đó mới có thể nhiếp phục, giáo hóa họ. Ngài Phú Lâu Na đã vận dụng phương pháp này bằng cách làm một người thầy thuốc, cứu giúp rất nhiều người bệnh khổ ở Du-lô-na. Từ đó ngài có được sự kính trọng và tin tưởng của dân làng, sau đó mới đem Phật pháp ra giảng dạy cho họ.

Đức Phật là một tấm gương điển hình về bố thí nhiếp. Ngài nói rằng, trên quả địa cầu này không có chỗ nào dù nhỏ như hạt cải mà ngài chưa từng xả bỏ thân mạng vì lợi ích cho chúng sinh. Chúng sinh muôn loài đều đã từng nhận sự bố thí giúp đỡ của ngài, cho nên khi Phật ra đời thuyết pháp thì chúng sinh đều tin theo và khi Phật khất thực thì chúng sinh thảy đều hoan hỷ cúng dường.

Do vậy, Giáo pháp của Phật được truyền từ đời này sang đời khác là do chúng sinh đã từng nhận sự bố thí, cứu giúp của ngài. Từ sự kết duyên đó mà ngài có thể dễ dàng dẫn dắt chúng sinh vào con đường tu tập.

Ngoài ra, muốn làm được Phật sự còn phải nhẫn nhục, không có nhẫn nhục không làm được. Cho nên, các pháp được đề cập đến trong đoạn kinh văn này đều gồm đủ trong sáu ba-la-mật là bố thí, tinh tấn, trí tuệ, nhẫn nhục, trì giới và thiền định.

Kinh văn

"Lại nữa, Mạn Thù Thất Lợi, nếu chúng hữu tình có tính tham lam tật đố, hay khen mình chê người, sẽ bị đọa trong ba đường địa ngục, ngạ quỷ, súc sanh, phải chịu nhiều sự đau đớn khổ sở, trải qua không biết mấy nghìn năm mới hết. Khi đã mãn sự đau khổ kia, liền từ nơi đó mạng chung, sanh lại cõi người phải làm thân trâu, ngựa, lừa, lạc đà, thường bị người hành hạ, đánh đập và bị đói

khát giày vò, lại phải đi đường xa chở nặng, cực nhọc muôn phần; còn như may đặng làm thân người thì lại bị sanh vào hạng hạ tiện, phải làm tôi tớ cho kẻ khác, mãi bị họ sai sử không khi nào được chút thong thả tự do."

Ở trong chùa, có một cô Phật tử vào bếp, thầy thấy cô cặm cụi nấu nướng rất chí thành, mồ hôi ướt hết. Thầy đứng một lúc thầy cũng thấy mệt, thầy nói: "Trời ơi, trời nóng ở trong bếp thế này cô làm sao mà chịu được." Thầy đi ra lấy chiếc quạt đem vào. Thầy nói: "Chắc cô phải nhẫn nại một chút vì cái quạt này là hết cách rồi, cố gắng làm trong sự an ổn như vậy công đức vô lượng vô biên."

Khi thầy đi ra thì một cô khác vào nói: "Thầy khen bà công đức vô lượng vô biên thì bà làm đi, đừng kêu tôi làm nữa." Như vậy là thích mình được khen, không thích người khác được khen. Kinh văn nói, người hay *"khen mình chê người, sẽ bị đọa trong ba đường địa ngục, ngạ quỷ, súc sinh, phải chịu nhiều sự đau đớn khổ sở, trải qua không biết mấy nghìn năm mới hết"*.

Những cảnh giới ngạ quỷ có tuổi thọ 1000 năm mà có đầu thai vài kiếp cũng mấy nghìn năm. Thời gian trong cõi ngạ quỷ lâu hơn cõi người chúng ta, vì ngạ quỷ cảm thọ khổ đau, nếu được cảm thọ an lạc thời gian sẽ rất nhanh. Nếu tham lam, tật đố hay khen mình chê người, tạo ra nhân xấu thì quả ấy là sẽ bị đọa trong địa ngục, ngạ quỷ và súc sinh. Sau khi chịu khổ đau mấy nghìn năm trong đó, trả hết quả báo rồi thì *"phải làm thân trâu, ngựa, lừa, lạc đà, thường bị người hành hạ, đánh đập và bị đói khát giày vò, lại phải đi đường xa chở nặng, cực nhọc muôn phần"*. Bụng đói nhưng phải làm việc lao nhọc, còn bị đánh đập giày vò, thật khổ não trăm bề.

Một quan chức tham nhũng, hoặc kẻ ăn trộm, làm nhiều việc ác, nhưng khi nhận ra nhân quả, người ấy thấy sợ quả báo, lại biết rằng tiền của nhiều khi chết cũng sẽ không mang theo được. Do vậy nên họ phát tâm tu thiện bằng cách ăn chay, niệm Phật và đem tài sản làm trai đàn chẩn thí, cúng dường các bậc Sa-môn. Trong trường hợp này, nhân quả vẫn phải trả, nhưng do người ấy có được phước cúng dường Sa-môn nên nhân quả mà họ nhận lãnh sẽ có sự chuyển đổi. Vì nghiệp xấu, họ sẽ phải nhận quả báo làm thân trâu, thân voi nhưng nhờ sự cúng dường đó nên họ có thể là những con trâu, con voi chúa hoặc được người ta nuôi dưỡng đầy đủ, sung túc. Được hưởng phước cúng dường, nhưng do nghiệp đã đày đọa làm đau khổ người khác nên phải chịu quả báo đọa làm súc sinh. Không bao giờ chạy thoát được nhân quả.

Đức Phật dạy: *"Người hơn thì sinh oán, kẻ thua chẳng ngủ yên. Hơn thua đều xả bỏ, ấy được an ổn ngủ."* Nếu mình hơn người, phải cẩn thận kẻo bị người oán. Mình thua người thì ấm ức, bực dọc ngủ không yên. Nhưng nếu xả bỏ được cả hai chuyện hơn, thua thì sẽ có một giấc ngủ an ổn.

Tu tập là tìm cách trở về với lòng mình. Một người làm việc bố thí nhưng không dám nói với ai, không dám kêu gọi ai vì sợ bị người khác chỉ trích. Có người nói rằng tôi không cúng dường nữa, đừng nói chuyện cúng dường với tôi. Có người kêu gọi người khác cùng làm việc phước với mình, người ta làm người ta được hưởng, vậy mà người ta nặng lời với mình nên mình thối tâm không làm nữa. Thậm chí mình làm nhiều lần, bị nhiều tai tiếng nên mình nản không làm nữa. Hoặc sau này có làm cũng lẳng lặng làm một mình, như vậy thấy an ổn hơn.

Quả phước của người làm việc thiện đơn độc như vậy sẽ được giàu sang nhưng nói không ai nghe, không có sự ảnh hưởng.

Những người làm việc thiện và khuyến tấn người khác cùng làm sẽ được quả giàu sang và quyền quý.

Những người không thích làm việc thiện, thấy người khác làm đều mặc kệ không quan tâm, thì khi hưởng hết phước đời trước sẽ phải sống trong nghèo khó, không được ai giúp đỡ.

Những người không làm việc thiện, thấy người khác làm việc thiện lại phỉ báng chê bai, người này sẽ chiêu cảm quả báo nghèo khổ, bị người khác hành hạ.

Đó là bốn trường hợp quả báo khác nhau đối với những người làm hoặc không làm việc thiện.

Người phải tái sinh làm trâu, ngựa, lạc đà... là do nhân ngu si không biết bố thí, lại hành hạ súc vật hoặc người khác, cho nên phải chịu quả báo bị hành hạ, bị đánh đập, bị đói khát giày vò, lại phải đi đường xa chở nặng, cực nhọc muôn phần.

Nếu còn chút phước báu may được làm thân người thì phải sinh vào hạng hạ tiện, thấp kém. Nhân duyên nào thì chiêu cảm quả đó. Kinh văn nói *"còn như may đặng làm thân người thì lại bị sinh vào hạng hạ tiện phải làm tôi tớ cho kẻ khác, mãi bị họ sai sử không khi nào được chút thong thả tự do".* Vì nhân đã tạo nên quả báo phải sinh làm tôi tớ, bị người khác sai khiến.

Kinh văn

"Nếu những người, vật ấy đời trước khi còn trong nhơn đạo đã từng nghe danh hiệu của đức Dược Sư Lưu Ly Quang Như Lai thì do cái nhơn lành ấy, ngày nay nhớ lại,

chí tâm quy y Ngài, nhờ thần lực của Ngài gia bị mà thoát khỏi mọi sự khổ não, các căn thông lợi, trí huệ sáng suốt, lại thêm đa văn, hằng cầu thắng pháp, thường gặp bạn lành, đời đời dứt hẳn lưới ma, đập nát vỏ vô minh, tát cạn sông phiền não mà được giải thoát khỏi nạn sanh, lão, bịnh, tử và những nỗi đau khổ lo buồn."

Nếu như đời trước những chúng sinh này lúc còn ở trong nhân đạo, nghe được danh hiệu của đức Dược Sư Lưu Ly Quang Như Lai, được tụng một bộ Kinh Dược Sư, được dự một pháp hội Dược Sư, *"thì do cái nhân lành ấy, ngày nay nhớ lại, chí tâm quy y Ngài, nhờ thần lực của Ngài gia bị mà thoát khỏi mọi sự khổ não, các căn thông lợi, trí huệ sáng suốt"*.

Câu chuyện tiền thân của quốc sư Ngọc Lâm là một minh chứng về sự gia trì của Phật Dược Sư. Đời trước, ngài là một vị tăng tướng mạo xấu xí nhưng viết chữ tuyệt đẹp. Vì nhìn thấy nét chữ đẹp của ngài mà một cô gái đem tâm lưu luyến. Khi ấy, ngài tự biết mình mang hình tướng xấu nên đã ẩn mình trong phòng. Người con gái này quyết lòng tìm ra người có nét chữ đẹp nên lúc cúng dường xin các vị tăng nhận cúng dường đều phải tự mình đến ghi tên. Khi vị tăng xấu xí này bước đến ghi tên mình, cô gái nhận ra nét chữ nhưng kinh hãi vì nhìn thấy tướng mạo ngài quá xấu, đến nỗi bỏ tiền cúng dường đó mà chạy mất. Vị tăng này buồn vì nghiệp duyên mình, đau khổ quá nên muốn treo cổ tự vẫn. Thầy của ngài mới dạy rằng: "Tất cả đều do nhân quả, con đã gây nhân xấu nên chịu quả mang thân xấu xí như vậy. Đức Phật Dược Sư đã có lời nguyện, ai niệm danh hiệu của ngài, cúng dường hương hoa cho ngài thì được trí tuệ, thông minh, đẹp đẽ. Nếu như con làm được như vậy chính là giải được nghiệp chướng oan gia." Ngài liền vâng lời dạy làm theo. Quả nhiên, ngài phát tâm một đời cúng dường đức Dược Sư, tụng Kinh Dược Sư, niệm danh hiệu Dược Sư nên kiếp sau được tái sinh thành quốc sư Ngọc Lâm, hình dung tướng mạo oai nghi đẹp đẽ vô cùng, lại thông minh tài trí học cao hiểu rộng. Còn cô gái kia, nhờ công đức cúng dường thuở ấy mà được sinh làm con quan Tể Tướng.

Chí tâm quy y đức Phật Dược Sư nên các căn thông lợi, nhanh nhạy. Nhờ phước lực của đức Phật Dược Sư khiến cho các căn thông lợi. Sáu giác quan là mắt, tai, mũi, lưỡi, thân, ý đều thông lợi. *"Trí tuệ sáng suốt lại thêm đa văn, hằng cầu thắng pháp."* Hằng cầu thắng pháp chính là quyết tâm vượt qua sanh tử, đạt được sự giác ngộ tối thượng.

Kinh văn nói *"thường gặp bạn lành"*, là một thắng duyên rất quan trọng. Trên đời này, gặp bạn ác sẽ rất nguy hiểm. Kẻ xấu ác đến đâu cũng chỉ có thể làm hại ta trong một đời này, nhưng nếu là người bạn ác sẽ dẫn dắt ta vào đường ác, gây hại cho ta trong nhiều đời nhiều kiếp. Thầy tà, bạn ác xúi giục mình làm những việc sai trái dẫn đến sa đọa. *"Đời đời dứt hẳn lưới ma"* để mình không mắc vào lưới ma trong con đường ma đạo. Rồi *"đập nát vỏ vô minh"*, vỏ vô minh rất dày, không dễ đập nát, vì nó đã hình thành từ vô lượng kiếp. Nhưng nhờ năng lực gia bị của đức Dược Sư Lưu Ly Quang Như Lai, khiến cho tất cả chúng sinh nếu chí tâm quy y ngài sẽ đập nát được vỏ vô minh. *"Tát cạn sông phiền não"*, sông phiền não có nguồn mạch từ vô minh, như trong giáo lý Mười hai nhân duyên đức Phật đã chỉ rõ: Vô minh duyên hành, hành duyên thức, thức duyên danh sắc, danh sắc duyên lục nhập, lục nhập duyên xúc, xúc duyên thọ, thọ duyên ái, cho đến thủ, hữu, sinh, lão tử. Cho nên, vì có vô minh mà dẫn đến tham ái, lại từ tham ái sinh ra chấp thủ cho đến quay cuồng trong sinh già bệnh chết. Người có trí mới thấy được sự nguy hại của tham ái, còn chúng sinh ngu mê thì chìm đắm trong đó không hề nghĩ đến việc thoát ra. Cũng giống như người khôn ngoan nhìn thấy dòng sông nước sâu thì biết là nguy hiểm, liền vội tránh xa. Kẻ si mê cho đó là dòng nước mát, thích thú nhảy xuống trầm mình, liền bị nhấn chìm mất cả mạng sống. Chính vì vậy, trong kinh luận thường ví tham ái như dòng sông khiến mọi chúng sinh đắm chìm trong đó. Do tham ái làm khởi sinh phiền não. Phải dừng lại sự trôi lăn trong đời sống ái tình thì mới tát cạn được dòng sông phiền não. Có bài kệ rằng:

愛河千尺浪

苦海萬重波

欲脫輪迴苦

早急念彌陀

"Ái hà thiên xích lãng.
Khổ hải vạn trùng ba.
Dục thoát luân hồi khổ.
Tảo cấp tảo niệm Di-đà".

Dịch là:

Sông yêu ngàn thước sóng,
Biển khổ muôn trùng xa.
Luân hồi mong thoát ra,
Di-đà mau sớm niệm.

"Tát cạn sông phiền não *mà được giải thoát khỏi nạn sinh, lão, bệnh, tử và những nỗi đau khổ lo buồn.*" Sinh, lão, bệnh, tử là những nỗi khổ lớn mà con người ai cũng phải trải qua. Vì vậy, trong sự tu tập hãy cảnh tỉnh nội tâm của mình và nỗ lực tinh tấn, chí tâm quy y Tam bảo để cầu thoát ra.

VI. ĐỊNH TUỆ VIÊN MÃN

Kinh văn

"Lại nữa, Mạn Thù Thất Lợi, nếu chúng hữu tình có tính ưa sự ngang trái chia lìa, tranh đấu, kiện cáo lẫn nhau, làm não loạn cho mình và người, đem thân, khẩu, ý tạo thêm mãi những ác nghiệp, xoay qua trở lại, thường làm những việc không nhiều ích để mưu hại lẫn nhau, hoặc cáo triệu những thần ở núi rừng, cây, mả, để hại người hoặc giết chúng sanh lấy huyết thịt cúng tế quỷ Dược xoa và quỷ La sát để cậy quỷ hại người, hoặc biên tên họ và làm hình tượng của người cừu oán rồi dùng phép chú thuật tà ác mà trù ẻo cho chết, hoặc theo lối ếm đối và dùng những đồ độc, hoặc dùng chú pháp hại mạng người."

Từ "chúng" ở đây không những chỉ số lượng nhiều mà còn có nghĩa là chúng duyên sinh. Chúng hữu tình do nhiều yếu tố, nhân duyên hợp lại, hình thành ra thân như thân người, thân cây, thân động vật. Con người được hình thành từ tinh cha huyết mẹ cộng với thần thức nương vào trong bào thai của mẹ, sử dụng năng lượng, máu huyết, hơi ấm của mẹ để hình thành nên thân người, sau đó hấp thụ các yếu tố xung quanh, nhận vào và thải ra liên lục. Quá trình hình thành thân có sự trao đổi của nhiều yếu tố, căn bản là tứ đại, đất nước gió lửa hợp lại hình thành ra thân, kết hợp với năm giác quan bên ngoài là mắt, tai, mũi, lưỡi, thân cùng một giác quan ẩn tàng bên trong là ý thức để hình thành nên sự cảm nhận buồn, vui.

Tất cả chúng sinh hữu tình bao gồm cả chúng ta đều có thể mắc lỗi. Chúng ta thấy người khác thương yêu nhau, được sống đẹp đôi thì sinh lòng ganh ghét vì mình bất hạnh không được như vậy, không có được sự thủy chung của người mình thương. Chúng ta đau buồn, oán trách, thậm chí ganh tỵ với người khác, tìm cách ly gián làm cho vợ chồng người ta không thương yêu nhau nữa, đó là tính ưa sự ngang trái chia lìa, thích tranh đấu.

Khi tâm khởi lên sự tranh đấu, kiện cáo, sẽ gây ra tổn thương và đau khổ. Nếu tranh đấu mà không gây ra khổ đau thì nên làm, còn nếu tranh đấu gây ra khổ đau thì không nên làm. Người Phật tử phải khởi tâm để giữ lẽ công bằng, phát huy những điều tốt, tâm không phiền não, không sân hận. Việc kiện cáo sẽ làm não loạn suy nghĩ của mình, người Phật tử cũng rất dễ mắc phải. Đức Phật nói rằng, không ai phá được đạo ta, chỉ có đệ tử ta mới phá được đạo ta. Vì nếu người đệ tử có tâm ganh tỵ, tâm tức giận, tâm sân si sẽ phá chính đạo của mình. Chúng ta thấy chùa khác nhiều Phật tử hơn chùa mình, mình rủ người ta về chùa mình tu cùng, người ta không đi mình ghét, rồi Phật tử hai bên đấu đá lẫn nhau, trong khi cả hai đều là đệ tử của Phật. Vì vậy, người đệ tử Phật phải cẩn trọng trong hành vi của mình, đừng để rơi vào cảnh làm não loạn cho mình và người.

"Đem thân, khẩu, ý tạo thêm mãi những ác nghiệp, xoay qua trở lại, thường làm những việc không nhiêu ích." Trong nội tâm chúng ta có những điều tốt đẹp nhưng chúng ta không sử dụng nó đúng cách. Dùng thân mình làm việc sát sinh, trộm cắp, tà dâm, dùng khẩu (miệng) nói những lời khiến người khác khó chịu, không muốn nghe. Chúng ta đều muốn nghe lời hay ý đẹp, muốn người khác hiểu, thông cảm, tha thứ và tôn vinh chúng ta, nhưng chúng ta lại không nói những lời hay ý đẹp, những lời khen ngợi và

tôn vinh người khác. Chúng ta không gây nhân tốt, làm sao có quả ngọt? Miệng mình nói ra lời thô ác, nói lưỡi hai chiều, nói lời thêu dệt, đâm thọc, đó là đã tạo thêm nghiệp ác, không có lợi ích, chỉ để mưu hại lẫn nhau.

Phật nói tứ chúng thanh tịnh chính là bốn điều không sát sinh, không trộm cướp, không tà dâm, không nói dối. Nếu không gây ra bốn nhân đó thì sẽ dễ dàng hơn trong việc ra khỏi sinh tử luân hồi. Vì chúng ta đã từng lừa gạt người khác nên nay phải quay lại trả quả báo cho họ, rồi lại tạo thêm nhân xấu vì vậy phải trầm luân trong sinh tử để chịu kiếp trả vay. Dùng thân, khẩu, ý để *"mưu hại lẫn nhau hoặc cáo triệu những thần ở núi rừng, cây, mả để hại người, hoặc giết chúng sinh lấy huyết thịt"*. Cáo triệu là việc viết một bản văn cẩn cáo, mời thỉnh những vị thần ở núi rừng. Nhiều người còn đến các mồ mả nơi có những oan hồn, uổng tử để cầu xin. Có những vong thức được gọi là hoạnh tử lang thang và dựa vào mồ mả để được cúng miếng ăn. Vì đói khát, khi nghe được lời khấn xin và hứa cúng dường của người khác nên nó đáp ứng giúp họ làm những việc đó, nếu như mình không đáp trả tạ lễ thì mình phải chịu tai họa. Cáo triệu để hại người hoặc giết chúng sinh lấy huyết thịt *"cúng tế quỷ Dược xoa và quỷ La sát để cậy quỷ hại người"*. Loài Dạ xoa, La Sát rất thích ăn thịt và máu huyết của chúng sinh, vì vậy nhiều người thường giết hại vật mạng cúng khấn thần linh ở núi rừng để cầu cúng nhờ quỷ làm hại một ai đó. Nói chung, đây đều là những tâm địa ác độc, gây tạo nghiệp xấu.

"Hoặc biên tên họ và làm hình tượng của người cừu oán rồi dùng phép chú thuật tà ác mà trù ẻo cho chết hoặc theo lối ếm đối với những đồ độc hoặc dùng chú pháp hại mạng người." Sử dụng năng lực của thần chú với tâm ác, tâm nguyền rủa để hại người, giết người thông qua tên, tuổi,

hình nhân thế mạng, đều là những phương thức thường được vận dụng vào thời xưa. Nhưng ý nghĩa chính muốn nói ở đây không phải là phương thức, mà là những tâm địa xấu ác của người muốn dùng những phương thức như thế để làm hại người khác, bất chấp thủ đoạn. Đối với những người có sự tu tập, hành trì theo lời Phật dạy thì chắc chắn sẽ không bao giờ khởi sinh những tâm niệm như thế.

Kinh văn

"Nếu chúng hữu tình bị những tai nạn ấy mà nghe danh hiệu của đức Dược Sư Lưu Ly Quang Như Lai thì các thứ tà ác kia không thể hại được. Tất cả những kẻ ác tâm kia đều trở lại khởi lòng từ, làm việc lợi ích an vui cho kẻ khác, không còn ý tổn não và tâm hiểm giận, hai bên hoà hảo với nhau. Và đối với vật thọ dụng của ai thì người ấy tự vui mừng biết đủ, không xâm lấn của nhau mà lại còn giúp đỡ lẫn nhau nữa."

Khi bị người khác kiện cáo tranh đấu, cáo triệu thần linh ở núi rừng, cáo triệu La Sát, Dạ xoa để hại độc v.v... nếu chúng ta chuyên niệm, hoặc nghe được danh hiệu đức Dược Sư Lưu Ly Quang Như Lai rồi nhiếp tâm nghe và tin tưởng, không để khởi sinh tạp niệm chi phối trong lòng, chỉ giữ được duy nhất câu "Nam-mô Dược Sư Lưu Ly Quang Vương Phật" trong vòng một, hai tiếng đồng hồ, thì tất cả vọng tưởng, những suy nghĩ lăng xăng sẽ lắng dịu xuống, tâm trở nên thanh tịnh, mang đến sức định, sức định sẽ phát sinh trí tuệ. Nhân giới sinh định, nhân định phát tuệ. Nhân giới mình thọ mà tập trung tư tưởng an lạc trong thiền định sẽ sinh trí tuệ an lạc.

Chúng ta nhất tâm niệm danh hiệu Dược Sư Lưu Ly Quang Như Lai là đã kiểm thúc được các giác quan như con mắt, lỗ tai, cũng dừng lại được sự tạo nghiệp của miệng để hướng đến sự chân chánh. Từ đó, những điên đảo vọng tưởng sẽ lắng dần xuống, tất cả trở về với sự an lạc của chính nội tâm mình. Nhờ tu tập như vậy, những kẻ ác tâm sẽ khởi lòng từ, làm những việc lợi ích cho người khác. Câu kinh này lần nữa khẳng định thần lực gia bị của đức Dược Sư Lưu Ly Quang Như Lai, không dừng lại ở chỗ hóa giải mọi nghiệp chướng khổ đau của bản thân mà còn khiến cho những người khởi ác tâm được trở lại khởi lòng từ, hóa giải cho cả người gây hại và người bị hại.

"Không còn ý tổn não làm hiềm giận và hai bên hòa hảo với nhau, còn đối với vật thọ dụng của ai thì người ấy tự vui mừng biết đủ, không xâm lấn của nhau mà lại còn giúp đỡ lẫn nhau nữa." Đây chính là lời dạy về "thiểu dục tri túc". Người "thiểu dục tri túc" sẽ có cuộc sống an lạc, người không biết thiểu dục tri túc không bao giờ thấy đủ, luôn luôn sống trong đau khổ. Chúng ta niệm Phật Dược Sư không những lợi ích cho chính bản thân mình mà còn mang lợi ích cho người khác, khiến cho đôi bên vui mừng biết đủ, sống an ổn trong giá trị thực tại. Nếu sống được như vậy là chúng ta đang sống trong định lực của Dược Sư Lưu Ly Quang Như Lai.

Kinh văn

"Lại nữa, Mạn Thù Thất Lợi, nếu trong hàng tứ chúng: bí sô, bí sô ni, ô ba sách ca, ô ba tư ca và những kẻ thiện nam, tín nữ, đều có thọ trì tám phần trai giới, hoặc trong một năm, hoặc mỗi năm ba tháng, vâng giữ giới pháp làm nơi y chỉ tu học, rồi đem căn lành này nguyện sanh về chỗ Phật Vô Lượng Thọ, ở thế giới Cực lạc Tây Phương đặng nghe Chánh pháp; nhưng nếu chưa quyết định mà nghe được danh hiệu Đức Dược Sư Lưu Ly Quang Như Lai,

thì khi mạng chung sẽ có tám vị đại Bồ Tát như Văn Thù Sư Lợi Bồ Tát, Quán Thế Âm Bồ Tát, Đắc Đại Thế Bồ Tát, Vô Tận Ý Bồ Tát, Bảo Đàn Hoa Bồ Tát, Dược Vương Bồ Tát, Dược Thượng Bồ Tát, Di Lặc Bồ Tát từ trên không trung đi đến đưa đường chỉ lối cho, thì liền được vãng sanh trong những hoa báu đủ màu."

Bí-sô là phiên âm chữ bhikṣu, nghĩa là tỳ-kheo. Bí-sô ni là phiên âm chữ bhikṣuṇī nghĩa là tỳ-kheo ni. Tỳ kheo có ba nghĩa là *bố ma, phá ác* và *khất sĩ*. Bố ma là làm cho ma quân khiếp sợ. Phá ác là phá trừ đi điều ác. Khất sĩ là sống với hạnh của một người ăn xin, trên xin giáo pháp của chư Phật để tu tập mong cầu chứng thánh quả, dưới xin cứu khổ ba đường. Đây được gọi là *"thượng báo tứ trọng ân, hạ tế tam đồ khổ"*.

"Ô-ba-sách-ca, ô-ba-tư-ca" là phiên âm những chữ upāsaka và upāsikā, cũng đọc là ưu-bà-tắc và ưu-bà-di. Ưu-bà-tắc là cận sự nam, ưu-bà-di là cận sự nữ, tức là những người nam nữ cư sĩ tin theo lời Phật dạy, thường hộ trì cho sự tu tập của các vị tỳ-kheo và tỳ-kheo ni. Những kẻ thiện nam tín nữ là những người chưa quy y Tam bảo. Họ là người có niềm tin với Đức Phật, muốn đến chùa lễ bái nhưng chưa quy y Tam bảo, chưa phải là một Phật tử. Họ là những người có niềm tin và sự hiểu biết. Người nam thường đến với đạo Phật bằng sự hiểu biết, nên họ thường đặt câu hỏi tại sao và lợi ích như thế nào, còn người nữ thường đến với đạo Phật bằng niềm tin.

"Đều có thọ trì tám phần trai giới", tám phần trai giới chính là tám giới: không sát sinh; không trộm cướp; không dâm dục; không nói dối; không uống rượu bia hoặc các chất gây say, nghiện; không dùng các loại hương hoa, trang sức trên thân mình; không tự mình biểu diễn hoặc đi xem,

nghe các loại ca, múa, nhạc, kịch; không nằm, ngồi giường ghế cao rộng tốt đẹp; và một trai pháp là không ăn phi thời, chỉ ăn mỗi ngày một bữa vào giờ ngọ, giữa trưa. Tám phần trai giới này có thể thọ *"trong một năm, hoặc mỗi năm ba tháng, vâng giữ giới pháp, làm nơi y chỉ tu học, rồi đem căn lành này nguyện sinh về chỗ Phật Vô lượng thọ ở thế giới Cực Lạc Tây Phương đặng nghe chánh pháp."* Chúng ta thọ tám phần trai giới phải tuân thủ theo giới và pháp. Trong một năm hoặc trong ba tháng chỉ cần cố gắng thọ mỗi tháng sáu hoặc tám ngày trai giới, hoặc thọ theo phương tiện một ngày, nhưng thọ sáu ngày trai giới là thời gian được lựa chọn nhiều. Vì theo cơ thể của chúng ta, một chu kỳ thay đổi trong tháng là sáu ngày, giống như chu kỳ một con rắn lột da sẽ có sự mệt mỏi. Chúng ta thọ bát quan trai trong thời gian đó để tu tỉnh cẩn thận hơn, đề phòng cẩn thận sự thay đổi của tâm lý dễ khiến chúng ta tạo nghiệp, có những ứng xử không tốt. Cho nên khi càng khó chịu, mệt mỏi chúng ta càng nâng cao ý thức tu hành để không tạo ra nghiệp mới.

Trong một năm hoặc mỗi năm ba tháng vâng giữ giới pháp, tuân thủ giới pháp làm nơi y chỉ để tu học. Y là nương tựa, nương theo; chỉ là phương châm, hướng đi, để ta không lầm đường không lạc lối, trong việc tu học. Chúng ta niệm Phật, tụng kinh, bái sám, hành thiền, giữ giới, ăn chay, niệm Phật, làm mọi việc lành để mình hồi hướng công đức tới cõi Tây Phương Cực Lạc.

Nguyện sinh về cõi Cực Lạc Tây Phương *"nhưng nếu chưa quyết định, mà nghe được danh hiệu đức Dược Sư Lưu Ly Quang Như Lai, thì khi mạng chung sẽ có tám vị Đại Bồ tát như: Văn Thù Sư Lợi Bồ tát, Quán Thế Âm Bồ tát, Đại Thế Chí Bồ tát, Vô Tận Ý Bồ tát, Bảo Đàn Hoa Bồ tát, Dược Vương Bồ tát, Dược Thượng Bồ tát, Di Lặc Bồ tát từ trên không trung đi đến đưa đường chỉ lối cho thì liền được vãng sinh trong những hoa báu đủ màu".* Nếu chúng sinh còn chưa quyết định phát nguyện về cõi Tây phương Cực lạc nhưng nghe được danh hiệu của Đức Dược Sư thì lúc mất đi sẽ có tám vị Bồ tát đến đưa đường dẫn lối, được vãng sinh. Chúng ta không thể mang thân ô trược của cõi Ta Bà về Cực Lạc vì thân xác này chỉ ở được cõi Ta bà. Lúc mất đi, thân xác rã rời, thần thức trong một niệm sẽ vãng sinh về cõi Đông phương trong hoa báu đủ màu, được thân thanh tịnh, sống trong cõi Đông Phương của Phật Dược Sư.

Kinh văn

"Hoặc nếu có kẻ, nhờ nguyện lực của đức Dược Sư mà được thác sinh lên cõi Trời và mặc dầu sinh lên cõi Trời nhưng nhờ cái căn lành sẵn có ấy chưa hết thì không còn sinh lại những đường ác nữa."

Lợi ích của việc niệm danh hiệu Dược Sư Lưu Ly Quang Như Lai là không thể nghĩ bàn. Chỉ niệm danh hiệu của Phật Dược Sư mà sau khi chết ở cõi này được sinh về cõi an lành, cõi thanh tịnh, hóa sinh trong hoa sen, ở trong thân thanh tịnh mầu nhiệm. Nếu không được sinh về cõi Tịnh độ kia thì cũng được sinh ở cõi trời và vĩnh viễn không bị đọa trong ba đường ác đạo: địa ngục, ngạ quỷ, súc sinh.

Kinh văn

"Khi tuổi thọ ở cõi Trời đã mãn, sinh lại trong cõi người thì, hoặc làm đến bậc Luân vương, thống nhiếp cả bốn châu thiên hạ, oai đức tự tại, giáo hóa cho vô lượng trăm ngàn chúng hữu tình theo con đường thập thiện, hoặc sinh vào dòng Sát đế ly, Bà la môn hay cư sĩ đại gia, của tiền dư dật, kho đụn tràn đầy, tướng mạo đoan trang, quyến thuộc sum vầy, lại được thông minh trí tuệ, dõng

> mãnh oai hùng như người đại lực sĩ. Còn nếu có người phụ nữ nào nghe đến danh hiệu của đức Dược Sư Lưu Ly Quang Như Lai mà hết lòng thọ trì danh hiệu ấy thì đời sau sẽ không làm thân gái nữa."

Nếu chúng sinh sống ở cõi trời, tuổi thọ cõi trời đã hết, nhờ biết niệm và nương nhờ danh hiệu của đức Dược Sư Lưu Ly Quang Như Lai nên có rơi vào trong cõi người thì vẫn được làm Chuyển Luân Thánh Vương, có đủ phước đức, nhất là xe báu, kho tàng, quân lính. Một vị Chuyển Luân Thánh Vương thống nhiếp bốn châu thiên hạ, oai đức tự tại, dẫn dắt dân chúng theo con đường thập thiện. Đây là một phước đức lớn, niệm danh hiệu của đức Phật Dược Sư được phước sinh lên các cõi trời an lành, nếu hết phước bị rơi xuống cõi người cũng làm bậc Chuyển Luân Thánh Vương.

"Hoặc sinh vào dòng Sát đế lợi, Bà la môn hay cư sĩ đại gia". Sát đế lợi là những vị vua, Bà la môn là những vị lo việc tế lễ, sống bằng sự cúng dường của chúng sinh, những vị cư sĩ có *"của tiền dư dật, kho đụn tràn đầy, tướng mạo đoan trang, quyến thuộc sum vầy, lại được thông minh trí tuệ, dũng mãnh oai hùng như người đại lực sĩ"*, đều là nhờ niệm danh hiệu Phật Dược Sư nên được sống trong cảnh sung sướng. Đó đều là do năng lực của trí tuệ sinh ra.

"Còn nếu có người phụ nữ nào nghe đến danh hiệu của đức Dược Sư Lưu Ly Quang Như Lai mà hết lòng thọ trì danh hiệu ấy thì đời sau sẽ không làm thân gái nữa." Người phụ nữ một lòng trì niệm danh hiệu Phật Dược Sư, phát nguyện hành trì tu tập, sám hối tội lỗi đã tạo, nếu chưa được giải thoát thì cũng được sinh về cõi nước không có phân biệt thân nam hay thân nữ, được thân thể thanh tịnh.

Kinh văn

"Này Mạn Thù Thất Lợi! Đức Dược Sư Lưu Ly Quang Như Lai kia khi đã chứng được đạo Bồ đề, do sức bổn nguyện mà Ngài quan sát biết chúng hữu tình gặp phải các thứ bệnh khổ như da vàng, gầy ốm, cảm nhiệt, thương hàn, hoặc trúng phải những thứ ếm đối, đồ độc, hoặc bị hoạnh tử, hoặc bị chết non."

Đức Dược Sư quán sát biết được chúng sinh có thể gặp nhiều thứ bệnh như da vàng, gầy ốm, hoặc trúng phải những thứ ếm đối, bị người trù yếm, bị hoạnh tử chết đột hoặc chết non. Chết non có nhiều trường hợp, có những đứa trẻ chưa kịp sinh ra đã chết, lại có những người mẹ trong thời kỳ dưỡng thai, mỗi ngày tẩm bổ sáu quả trứng vịt lộn. Chúng ta phải thấy rằng, nhân quả luôn tồn tại, những con vịt trong quả trứng chưa được ra đời nhưng chúng ta giết nó để ăn, khiến nó chết non khi còn trong trứng, có khác nào những đứa trẻ chết trong thai mẹ? Vì vậy, chúng ta phải tỉnh thức để không tạo nhân xấu cho chính mình.

Kinh văn

"Muốn những chứng bệnh đau khổ ấy được tiêu trừ và lòng mong cầu của chúng hữu tình được mãn nguyện, Ngài liền nhập định, kêu là định 'diệt trừ tất cả khổ não chúng sinh'. Khi Ngài nhập định, từ trong nhục kế, phóng ra luồng ánh sáng lớn, trong luồng ánh sáng ấy nói chú đại đà la ni:"

Đức Phật Dược Sư khi ấy đã nhập định, định này gọi là định *"diệt trừ tất cả khổ não chúng sinh"*, tất cả mọi khổ não, khổ não gì cũng đều diệt trừ. *"Khi Ngài nhập định, từ trong nhục kế, phóng ra luồng ánh sáng lớn, trong luồng ánh sáng ấy nói chú đại đà la ni."* Nhục kế là một khối thịt nhỏ ở trên đỉnh đầu, khi ngài nhập định thì từ nhục kế ấy phát ra luồng ánh sáng, nói ra chú Đại Đà La Ni. Đà la ni có nghĩa là tổng trì, *"tổng nhất thiết pháp, trì nhất thiết nghĩa"*. Đà la ni được sinh ra từ trong chánh định. Chánh định được sinh ra từ không nói dối, nói lời chân thật.

Kinh văn

"Nam mô bạc già phạt đế, bệ sái xã lũ lô, bệ lưu ly, bác lạt bà, hát ra xà dã. Đát đà yết đa da, a ra hát đế. Tam miệu tam bột đà da, đát điệt tha. Án, bệ sái thệ, bệ sái thệ, bệ sái xã, tam một yết đế, tóa ha."

Phạn ngữ:

Namo bhagavate bhaiṣajya-guru-vaiḍūrya-prabhā-rājāya. Tathāgatāya arhate. Samyak-saṃbuddhāya, tadyathā. Oṃ bhaiṣajye bhaiṣajye bhaiṣajya-samudgate svāhā.

Phiên âm Hán ngữ

南無薄伽伐帝，鞞殺社寠嚕，薛琉璃，鉢喇婆，喝囉闍也。怛陀揭多耶。阿囉喝帝三藐三勃陀耶。怛姪他。唵鞞殺逝。鞞殺逝。鞞殺社。三没揭帝。莎訶。

"Nam mô" nghĩa là quy kính, xin được quy y và cung kính. *"Bạc già phạt đế"* là Thế Tôn. *"Bệ sái xã lũ lô"* là Dược Sư. *"Bệ lưu ly, bác lạt bà, hát ra xà dã"*, là lưu ly quang. *"Đát đà yết đa da"* là Như Lai. *"A ra hát đế"* là ứng cúng. *"Tam miệu tam bột đà da"* là chánh biến tri. *"Đát điệt tha"*, là liền nói chú rằng.

Dịch trọn nghĩa là: "Quy kính đức Thế Tôn Dược Sư Lưu Ly Quang Như Lai, Ứng cúng, Chánh biến tri, liền nói chú rằng: 'Án, bệ *sái thệ, bệ sái thệ, bệ sái xã, tam một yết đế,* tóa ha.'"

Kinh văn

"Lúc ấy trong luồng ánh sáng diễn chú này rồi, cả đại địa rúng động, phóng ra ánh đại quang minh làm cho tất cả chúng sinh dứt hết bịnh khổ, hưởng được an vui.

Đoạn kinh văn này xác quyết với chúng ta về năng lực mầu nhiệm của câu chú này, sự gia trì của đức Phật Dược Sư giúp cho chúng sinh hết bệnh khổ, được an vui.

VII. CÁT TƯỜNG NHƯ Ý

Kinh văn

"Này Mạn Thù Thất Lợi! Nếu thấy những người nào đang mắc bịnh khổ thì phải tắm gội cho sạch sẽ và vì họ nhất tâm tụng chú này 108 biến, chú nguyện trong đồ ăn, trong thuốc uống hay trong nước không vi trùng mà cho họ uống thì những bệnh khổ ấy đều tiêu diệt.

"Nếu có ai mong cầu việc gì mà chí tâm tụng niệm chú này thì đều được như ý muốn." Đã không bệnh lại thêm sống lâu, sau khi mạng chung được sinh về thế giới Tịnh Lưu Ly, không còn thối chuyển, rồi dần dần tu chứng đến đạo quả Bồ đề.

"Vậy nên, Mạn Thù Thất Lợi, nếu có những người nào hết lòng ân cần tôn trọng, cung kính cúng dường đức Dược Sư Lưu Ly Quang Như Lai thì phải thường trì tụng chú này đừng lãng quên."

Kinh văn nói: *"Này Mạn Thù Thất Lợi! Nếu thấy những người nào đang mắc bệnh khổ."* Bệnh khổ có hai loại, đó là khổ về thể xác và khổ về tâm (tinh thần). Khổ về thân và tâm nhìn thấy tưởng chừng như khác biệt, nhưng bên trong có sự tương tác lẫn nhau, như một người lo lắng quá nhiều thì bụng sẽ bị đau và khó chịu. Có một vị thầy xây một ngôi chùa, vị thầy này thường nói khẩu khí rất mạnh mẽ nhưng sức chịu đựng thì không được vậy. Khi ra xây chùa gặp nhiều áp lực từ công việc đến tài chính nên khi lái xe trên đường thì đột nhiên bị xuất huyết bao tử ngã ra đường. Câu chuyện đó cho chúng ta thấy thân và tâm ảnh hưởng mật thiết với nhau. Khi tâm thanh tịnh, thoải mái thì chúng ta có thể vượt qua được bệnh tật. Còn nếu tinh thần thiếu lạc quan thì chắc chắn thể trạng sẽ mệt mỏi, đau khổ.

Đức Dược Sư Lưu Ly Quang Như Lai bậc đại từ bi, dạy chúng ta nếu như không buông bỏ được những thực trạng trong cuộc sống thì hãy sử dụng mật chú của ngài, đó là chú Dược Sư quán đảnh Như Lai: *"Nam mô bạc già phạt đế, bệ sát xã, lu lô thích lưu ly, bác lặc bà, hát ra xà dã. Đát tha yết đa ra, a ra hắc đế. Tam miệu tam bột đà da, đát điệt tha. Án, bệ sát thệ, bệ sát thệ, bệ sát xã, tam một yết đế tóa ha."*

Trước khi trì chú chúng ta tắm gội sạch sẽ để thay đổi mọi trạng thái tâm lý. Sau khi tắm gội cho thân tâm được nhẹ nhàng thoải mái, chúng ta đứng trước đạo tràng trang nghiêm thanh tịnh, dùng sự thanh tịnh của tâm ý không có tham sân si, buông xả hết quá khứ, không nghĩ tưởng đến tương lai và đối diện trước bản kinh, chúng ta khởi tâm trì chú này. Đó gọi là ý thanh tịnh, thân thanh tịnh. Miệng niệm chân ngôn là khẩu thanh tịnh. Lúc bấy giờ, bao nhiêu vọng nghiệp đều chấm dứt, đoạn trừ.

Trong cuộc sống thường ngày, thân chúng ta theo cảnh, tâm chúng ta cũng chạy theo cảnh, mà trần cảnh thì luôn sinh diệt, nên tâm chúng ta cũng theo đó mà không ngừng sinh diệt. Niệm niệm sinh diệt khởi ra ngay ở trong tâm, khi tâm mình niệm niệm sinh diệt như vậy làm sao có sự an định, thanh thản? Đức Lục Tổ nói rằng, ở trong tâm con thường sinh trí tuệ, nhưng trong tâm chúng ta thì thường sinh phiền não, bởi chúng ta chạy theo trần cảnh bên ngoài, cho nên sinh ra phiền não. Còn ngài Lục Tổ nhìn vào trong tự tính, thấy tự tính thanh tịnh, không chạy theo trần cảnh nên trí tuệ thanh tịnh.

Trong cuộc sống, tai của chúng ta nghe nhiều nên chạy theo thanh trần, mắt nhìn nên vướng mắc sắc trần. Các trần cảnh như thanh, hương, vị, xúc, pháp khiến cho tâm chúng ta đảo điên. Tâm chúng ta không đủ nỗ lực tu tập, không đủ định lực, không đủ từ bi hỷ xả, nên chúng ta không buông xả được hết tất cả những điều vướng mắc nơi trần cảnh. Ngược lại, chúng ta còn bám chấp, biến những điều thấy nghe nơi trần cảnh thành kiến chấp của nội tâm. Chúng ta tự mình chạy theo sự sinh diệt, nổi chìm trong chính thế giới nội tâm của mình. Muốn giải thoát, trước hết phải biết nhận diện muôn vật ngoài thân đều sinh diệt theo định luật vô thường, nhưng tâm chúng ta không được chạy theo. Nếu chạy theo trần cảnh, tâm ta sẽ điên đảo.

Khi chúng ta gặp được giáo pháp của Phật, dạy chúng ta hãy nhiếp niệm trong câu thần chú này. Chú này được chư Phật thuyết bằng lời ngay thật, tức là thật ngữ. Thật ngữ chính là chân ngôn và trong thần chú đã thâu nhiếp tất cả các pháp. Chúng ta sống với lòng chân thật chính là đang ứng dụng vô lượng nghĩa của Phật pháp. Giáo pháp của Phật mật thiết từ trong đời sống đến bên ngoài, không phải chỉ là kinh điển để tôn thờ, cầu nguyện mà chính là những điều cần thiết cho cuộc sống này.

Nếu có người thân hoặc ai đó đang bị bệnh hiểm nghèo, chúng ta hãy tắm gội sạch sẽ, nhất tâm trì tụng với tâm bất nhị, vượt qua khỏi những tâm chấp trước, trì tụng 108 biến, chú nguyện trong đồ ăn, trong nước uống.

Có một ni cô ra trụ trì lúc 21 tuổi, nơi cô trụ trì xung quanh là người Thiên Chúa, cô không biết phải sống và hoằng pháp ở đây ra sao nên có về bạch với Bổn sư của mình. Vị Bổn sư cười và nói rằng: *"Việc trụ trì là của con, con làm gì theo chánh pháp thì cứ làm, đừng lo lắng."* Ni cô nhẫn nại và sống ở đây suốt một năm. Một hôm, trong làng có đứa trẻ đêm không ngủ mà chỉ khóc, gia đình đưa đến bác sĩ, rồi đến nhà thờ để cha xin nước thánh cho uống cũng không khỏi. Cha mẹ đành đưa đến chùa. Vị ni cô không biết phải làm sao vì chưa có kinh nghiệm, nhưng cô hoàn toàn có niềm tin vào câu thần chú này. Một lòng chí thành muốn giúp đỡ người khác, vị ni cô tắm rửa rồi với thân tâm thanh tịnh, cô trì tụng thần chú này. Khi trì tụng, cô bưng ly nước và nhìn vào đó, chú nguyện trong nước uống không có vi trùng, chỉ có những điều thanh tịnh, tốt đẹp rồi cho đứa bé uống. Chỉ với ly nước đó mà đứa trẻ hết khóc. Từ đó, vị ni cô này an tâm hoằng pháp ở trong vùng.

Khi trì chú chúng ta phải dùng tâm bất nhị để hành trì. Muốn đạt được tâm này, chúng ta hãy ngồi yên, hít thở cho máu huyết điều hòa, tâm lý ổn định, rồi chúng ta khởi lên tâm niệm là phương pháp trì chú này để cầu nguyện cho người đang bị bệnh, khấn nguyện Phật gia hộ. Chúng ta làm gì cũng nên nương vào thần lực của Phật, không được coi thường điều này.

"Nếu có ai mong cầu việc gì mà chí tâm tụng niệm chú này thì đều được như ý muốn: Đã không bệnh lại thêm sống lâu, sau khi mạng chung được sinh về thế giới Tịnh Lưu Ly, không còn thối chuyển, rồi dần dần tu chứng đến đạo quả Bồ đề."

Việc mong cầu khi trì chú phải là việc đúng chánh pháp, không hại người hại vật. Đừng mong cầu những điều sai trái, khi mong cầu không được thì sinh tâm khó chịu, buồn chán. Chúng ta phải nhìn nhận rõ ràng, có những mong cầu dù được nhưng có thể có hại mà mình không biết. Ví dụ như khi vừa lớn lên, thấy ai cũng lập gia đình nên nghĩ rằng mình cũng phải có một gia đình để nương tựa, để hạnh phúc. Như vậy, bản thân mình có nơi nương tựa và hạnh phúc đó hẳn là hạnh phúc suốt đời. Nhưng rồi khi lấy chồng về, mình lại là nơi nương tựa của chồng, mình mang nợ phải khổ suốt đời.

Mỗi người có một phước nghiệp khác nhau. Có người mong muốn có một đứa con nhưng không thể sinh con, liền tìm đến phương pháp sinh con trong ống nghiệm. Có được đứa con rồi, họ rất hạnh phúc, nhưng không ngờ khi lớn lên đứa con đó lại mắc bệnh tâm thần khiến cho cha mẹ cả một đời đau khổ vì nó. Đây là trường hợp khi phước nghiệp chưa đủ mà chúng ta cứ cầu Phật.

Mong cầu với tâm thanh tịnh mới thành tựu, sau khi mạng chung được sinh về cõi thanh tịnh, ở trong cõi bất thối chuyển, dần dần tu chứng tới quả vô thượng Bồ đề.

"Vậy nên, Mạn Thù Thất Lợi, nếu có những người nào hết lòng ân cần tôn trọng, cung kính cúng dường đức Dược Sư Lưu Ly Quang Như Lai thì phải thường trì tụng chú này đừng lãng quên."

Đối với chư Phật chúng ta phải hết lòng cung kính, cúng dường. Ý nghĩa của việc cúng dường, trong Kinh Hoa Nghiêm cũng đã nói. Cúng dường có ý nghĩa rộng lớn, chúng ta có thể cúng dường bằng vật chất hoặc cúng dường bằng Pháp. Cúng dường vật chất như cúng Tứ sự cho chư Tăng, cúng hương hoa, trà, quả phẩm. Những loại đó gọi là lục chủng cúng dường. Cúng dường chư tăng rất đơn giản. Chúng ta có thể cúng dường tứ sự gồm quần áo, thuốc thang. Ngày xưa chư tăng không sử dụng tiền nên phương tiện sống là bình bát để khất thực và những vật dụng đơn sơ, thiết yếu để một vị tăng hành đạo. Cúng dường thức ăn cho chư tăng hoàn toàn không đòi hỏi phải cần đến cao lương mỹ vị. Cúng dường Pháp có ý nghĩa rất quan trọng, trong Kinh Hoa Nghiêm có nêu ra bảy ý nghĩa.

Thứ nhất là làm theo lời Phật dạy. Đó là ý nghĩa cúng dường quan trọng nhất. Lời Đức Phật dạy, mình cố gắng thực hành. Nếu không thực hành theo lời Phật dạy thì có cúng dường bao nhiêu cũng không có ý nghĩa. Làm theo lời Phật dạy chính là cúng dường Đức Phật một cách thiết thực nhất.

Thứ hai là làm lợi ích chúng sinh. Điều gì đem đến lợi ích chúng sinh chúng ta hãy làm. Điều gây ra sự sợ hãi, đau khổ, tuyệt đối chúng ta không làm. Điều có hại cho mình, mình phát nguyện nhẫn chịu, điều có lợi cho mọi người thì chúng ta nói. Chúng ta phải cân nhắc bằng trí tuệ để nói, để làm, như thế là làm lợi ích cho chúng sinh.

Thứ ba là nhiếp hóa chúng sinh. Nhiếp hóa chúng sinh không phải là bắt buộc người khác làm đúng theo ý mình. Chúng ta muốn giữ đạo tràng thanh tịnh trang nghiêm thì bản thân chúng ta hãy tinh tấn, siêng năng tu tập, trang nghiêm thanh tịnh, ngồi ngay ngắn, niệm Phật tinh tấn. Một người nào đi vào trong đạo tràng, họ sẽ không thể ngồi nói chuyện riêng hay thiếu tập trung được, họ sẽ trang nghiêm theo chúng ta, đó là hình thức nhiếp hóa chúng sinh. Để một đôi dép ngay ngắn khiến cho người khác không dám để bừa bãi, đó là hành trì Phật pháp, là nhiếp hóa chúng sinh.

Thứ tư là nhẫn chịu sự đau khổ thay cho chúng sinh. Khi chúng ta nghe người khác phàn nàn, than thở, dù rất đang mệt nhưng chúng ta nhẫn chịu nghe và chia sẻ những đau khổ với họ, đó là làm theo lời Phật dạy, là cúng dường mười phương chư Phật.

Thứ năm là siêng tu thiện căn. Trong các căn có thiện căn và ác căn, vì vậy chúng ta phải siêng tu tập, phát triển các thiện căn, phát triển các điều thiện và ngăn chặn điều ác.

Thứ sáu là không rời khỏi Bồ tát đạo. Bồ tát đạo là con đường tự mình giác ngộ và giúp cho mọi người giác ngộ theo mình. Chúng ta không rời khỏi con đường đó chính là cúng dường chư Phật.

Thứ bảy, không mất Bồ đề tâm. Đây là điều thường xảy ra. Mình không đến chùa này, chùa kia, hoặc trong cuộc sống mình không thuận, gặp một số nghịch cảnh trong khi sinh hoạt tôn giáo, mình sẽ chán nản, bình phẩm rồi thối thất Bồ đề tâm. Bồ đề tâm là tâm hướng đến sự giác ngộ, nếu mình để tâm Bồ đề thối thất thì chính mình làm hại mình.

Ngoài ra, ngũ phần chân hương là giới hương, định hương, tuệ hương, giải thoát hương và giải thoát tri kiến hương. Đây là những phương thức hương cúng dường. Chúng ta thực hiện bảy Pháp cúng dường được nhắc trong Kinh Hoa Nghiêm chính là sự cúng dường tối thượng. Pháp cúng dường quan trọng hơn tài vật cúng dường. Tài vật cúng dường chỉ là những phương tiện tạm thời của phước hữu lậu, không phải giá trị cao thượng.

Trong pháp hội Pháp Hoa, đối trước Đức Phật Thích Ca Mâu Ni, ngài Bồ tát Quán Thế Âm đã cởi xâu chuỗi ngọc ra, dâng lên cúng dường đức Thích Ca. Vậy đây là Pháp cúng dường hay tài vật cúng dường? Tùy theo từng góc độ để chúng ta nhìn nhận. Dưới góc độ của Pháp Hoa thì đó là pháp cúng dường, còn nếu như tâm của Bồ tát Quán Thế Âm không phải tâm vô ngã thì đó là tài vật cúng dường. Là tài vật hay pháp cúng dường được căn cứ ở tâm. Cúng tài vật mà tâm vô ngã thì biến thành pháp cúng dường. Còn nếu cúng dường một vật mà có ngã trong đấy thì gọi là vật cúng dường. Vật cúng ở trong cõi hữu lậu, pháp cúng dường ở trong pháp vô lậu, vô lậu tức là hướng tới sự vô ngã giải thoát. Chúng ta hết lòng ân cần tôn trọng, cung kính cúng dường thực hành theo hạnh của Phật Dược Sư, đó là pháp cúng dường.

Kinh văn

"Lại nữa, nếu có những kẻ tịnh tín nam nữ nào được nghe rồi tụng trì danh hiệu đức Dược Sư Lưu Ly Quang Như Lai, Ứng chánh đẳng giác, mỗi sớm mai, súc miệng, đánh răng, tắm gội sạch sẽ, xong lại thắp hương, rải dầu thơm, các món kỹ nhạc để cúng dường hình tượng, còn đối với Kinh điển này thì tự mình hay dạy người khác chép ra, rồi giữ một lòng thọ trì và suy nghĩ nghĩa lý. Đối với vị Pháp sư giảng nói Kinh pháp thì phải nên cúng dường tất cả những vật cần dùng đừng để thiếu thốn. Hễ hết lòng như vậy thì nhờ chư Phật hộ niệm được mãn nguyện mọi sự mong cầu, cho đến chứng đặng đạo quả Bồ đề nữa."

Câu chú này là sự kết tinh của pháp thân đức Phật Dược Sư và danh hiệu của ngài. Tôn hiệu của ngài là chân thân Phật, giá trị giống nhau. Cũng như tôn hiệu của đức Quán Thế Âm khi ta niệm "Nam mô đại bi Quán Thế Âm Bồ tát", so với câu mật chú của ngài "Án ma ni bát di hồng" thì đều có giá trị như nhau. Mật chú Án ma ni bát di hồng cũng chính là tôn hiệu Nam mô Quán Thế Âm Bồ tát. Án ma ni bát di hồng, hay Quán Thế Âm Bồ tát đều chính là một tâm thanh tịnh. Với một tâm thanh tịnh, ngay lúc đó chúng ta chính là Bồ tát Quán Thế Âm, Phật pháp với tâm chúng ta hòa thành một. Cũng vậy, chúng ta niệm Nam mô Dược Sư Lưu Ly Quang Vương Phật và chúng ta làm theo hạnh của ngài, ngay khi đó chúng ta chính là đức Dược Sư, là vị thầy của bản thân mình, chữa bệnh tâm của mình. Bệnh tâm ngàn đời của chúng ta và của cả thế gian là bệnh sống ngay trong pháp giới thanh tịnh nhưng không chịu giác ngộ, ôm tánh Phật đi lang thang, đi mãi trong sinh tử, ôm tánh Phật tính đi hoang, không chịu giác ngộ, đó là lỗi lầm lớn nhất của chúng ta.

"Mỗi sớm mai, súc miệng, đánh răng, tắm gội sạch sẽ, xong lại thắp hương, rải dầu thơm, các món kỹ nhạc." Người có lòng tin và trì tụng danh hiệu Phật Dược Sư, mỗi sớm mai làm vệ sinh răng miệng, tắm gội thân thể sạch sẽ thanh tịnh rồi thắp hương, rải dầu thơm, dùng các món kỹ nhạc. Thắp lên nén tâm hương thanh tịnh cùng các món kỹ nhạc với sự hoan hỷ cúng dường trước hình tượng của Đức Dược Sư.

"Còn đối với kinh điển này thì tự mình hay dạy người khác chép ra, rồi giữ một lòng thọ trì và suy nghĩ nghĩa lý." Chúng ta có thể tự mình biên chép kinh này hay hướng dẫn, chỉ bảo người khác biên chép, hoặc trả thù lao cho người khác biên chép, nhưng đều phải xuất phát từ sự phát nguyện chứ không phải ép buộc. Như vậy thì việc làm này mới có phước đức. Ngày xưa, khi chưa có máy in, việc in trên những bản khắc gỗ rất khó khăn. Vì vậy, việc làm cho kinh điển được nhân rộng, lưu hành rộng ra là việc có nhiều phước đức. "Giữ một lòng thọ trì và suy nghĩ nghĩa lý" là yếu tố rất quan trọng, vì việc thọ trì phải luôn ghi nhớ không quên. Học tụng kinh Phật phải hiểu được ý nghĩa và ghi nhớ để thực hành lời Phật dạy, đúng chánh pháp.

"Đối với vị pháp sư giảng nói kinh pháp thì phải nên cúng dường tất cả những vật cần dùng đừng để thiếu thốn. Hễ hết lòng như vậy thì nhờ chư Phật hộ niệm được mãn

nguyện mọi sự mong cầu cho đến chứng đặng đạo quả bồ đề nữa." Đức Phật một lần nữa nhắc nhở chúng ta về ý nghĩa của việc cúng dường, cúng dường bằng thân, miệng, ý thanh tịnh. Nếu một lòng thành kính cúng dường Phật, Pháp, Tăng thì luôn được chư Phật gia trì cho mọi sự mong cầu chánh đáng sẽ được đáp ứng, cho đến việc tu hành được thành tựu, chứng quả Bồ đề.

Kinh văn

Lúc bấy giờ Mạn Thù Thất Lợi đồng tử bạch Phật rằng: "Bạch đức Thế Tôn, con thề qua thời kỳ tượng pháp sẽ dùng đủ chước phương tiện khiến cho những thiện nam tín nữ có lòng tin trong sạch được nghe danh hiệu của đức Dược Sư Lưu Ly Quang Như Lai, cả đến trong giấc ngủ của họ, con cũng dùng danh hiệu của Đức Phật này, thức tỉnh nơi tai cho họ rõ biết."

Kể từ sau khi một đức Phật thành đạo, kéo dài 500 năm sau đó trong suốt thời gian sau đó, khi sự tu tập hành trì còn giữ được nguyên vẹn đúng theo lời dạy của Phật, đó gọi là thời kỳ Chánh pháp. Trong thời kỳ Chánh pháp, giáo nghĩa được truyền dạy chuẩn xác và người ta làm nhiều việc phước thiện, những ai tu hành chân chánh sẽ được người khác tôn sùng. Trong thời đó, có nhiều người tu theo Chánh pháp chứng đắc thánh quả. Thời kỳ Tượng pháp là thời gian tiếp theo sau thời kỳ Chánh pháp, khi những lời dạy của đức Phật bắt đầu được truyền dạy một cách thiếu sót, có sai lệch, dẫn đến chỉ còn tương tợ so với trước đó chứ không hoàn toàn chuẩn xác. Bồ tát Văn Thù Sư Lợi đã phát nguyện là qua thời kỳ tượng pháp này, ngài sẽ dùng đủ mọi phương tiện khéo léo để giúp cho những người có lòng tin thanh tịnh đều được nghe đến danh hiệu của Đức Phật Dược Sư, kể cả trong giấc ngủ.

Kinh văn

"Bạch đức Thế Tôn, nếu ai thọ trì đọc tụng kinh này, hoặc đem giảng nói, bày tỏ cho người khác, hoặc tự mình hay dạy người biên chép kinh này, hết lòng cung kính tôn trọng, dùng những bông thơm, dầu thơm, các thứ hương đốt, tràng hoa, anh lạc, phướn lọng cùng âm nhạc hát múa mà cúng dường hoặc dùng hàng ngũ sắc làm đãy đựng kinh này, rồi quét dọn một nơi sạch sẽ, thiết lập một cái tòa cao mà để lên, thì lúc ấy có bốn vị thiên vương quyến thuộc và cùng vô lượng trăm ngàn thiên chúng, ở các cõi Trời khác đều đến đó mà cúng dường và thủ hộ."

Khi đối diện với đạo, nếu chúng ta còn có điều hoài nghi, chưa hiểu rõ nhưng lại che giấu, như vậy sẽ rất khó thành tựu. Đối diện với đạo, chúng ta phải xem như đang đối diện với một tấm gương, phải soi vào để thấy được chính mình, thấy được những khiếm khuyết, lỗi lầm, từ đó phát tâm sám hối, đoạn trừ những điều sai trái đó. Người đệ tử Phật khi đối trước Phật luôn luôn nói "Bạch đức Thế Tôn", đó là ý nghĩa trần bạch, phát lộ, để thể hiện lòng thành kính, xin thưa rõ không che giấu điều gì trong tâm tính. Ngài Mạn Thù Thất Lợi bạch Phật *"nếu ai thọ trì đọc tụng kinh này"*, chúng ta nên hiểu rõ về hai chữ "thọ trì". Người "thọ" là người nhận giữ, người ghi nhớ lời kinh của đức Phật dạy ở trong lòng, dù ít hay nhiều. Người "trì" là người biết vận dụng lời dạy của đức Phật vào đời sống để tự thanh lọc nội tâm của mình. Tụng kinh chưa phải là thọ trì, tụng kinh hay đọc kinh là để hiểu rõ lời Phật dạy, như cổ đức có dạy: "Khán kinh giả, minh Phật chi lý." Đó mới chính là nhờ tụng kinh mà tâm được bình an, nhờ tụng kinh mà hiểu được những giáo nghĩa trong kinh. Thọ trì kinh điển là có thể nhận lấy một câu kinh Phật dạy và vận dụng vào cuộc sống, thực sự sống với lời kinh đó, đem câu kinh đó biến thành chân lý sống cho chính mình. Đó mới là người thọ trì kinh điển.

Khi đã thọ trì được rồi, chúng ta nên đem giảng nói cho người khác hiểu rõ, nhưng phải nói đúng, thật chính xác, không thêm không bớt, *"hoặc đem giảng nói, bày tỏ cho người khác"*, những lời kinh rất hay, cần phải được giảng nói cho hội chúng. Nhưng đức Phật từng dạy rằng không nhất thiết phải giảng nói nếu chúng ta không đủ khả năng. Vì vậy, nếu không đủ khả năng giảng nói cho người khác chúng ta có thể *"bày tỏ cho người khác"* bằng việc chia sẻ sự hiểu biết bằng ngôn ngữ của mình, để giúp người khác hiểu hơn về lời dạy trong kinh.

"Hoặc tự mình hay dạy người biên chép kinh này". Khi muốn những bản kinh được lưu truyền ở thế gian chúng ta nghĩ đến việc ấn tống kinh sách. Người chép kinh sẽ có nhiều công đức hơn người ấn tống. Khi chép một quyển kinh, con mắt của chúng ta sẽ nhìn và nhớ câu kinh ở trong đầu, rồi chép ra thành lời. Như vậy, trong tâm người ghi chép đã khắc sâu lời kinh. Lời kinh được khắc sâu trong tâm, nên tâm của người đó sẽ tĩnh lặng, thanh tịnh, đó là điều tuyệt vời. Chúng ta bỏ tiền ra cho người khác in kinh, chúng ta cũng có phước vì đã giúp cho người khác có nhân duyên tiếp cận kinh điển, nhưng không được nhiều bằng việc tự biên chép kinh để tự mình hiểu hết về lời kinh, được lời kinh soi sáng chân lý.

"Hết lòng cung kính tôn trọng, dùng những bông thơm, dầu thơm, các thứ hương đốt, tràng hoa, anh lạc, phướn lọng cùng âm nhạc hát múa mà cúng dường hoặc dùng hàng ngũ sắc làm đãy đựng kinh này." Việc cầm và giữ lời kinh một cách cẩn trọng, tôn kính sẽ tạo thành phước

nghiệp của chúng ta. Để thể hiện lòng cung kính, chúng ta nên dùng những loài hoa thơm, thanh khiết, đốt trầm hương, hoặc dùng hoa kết thành tràng, chọn những chuỗi ngọc báu (anh lạc) và phướn, lọng kết hợp với âm nhạc, múa hát để tán thán công đức của quyển kinh, hay dùng hàng vải lụa ngũ sắc (có năm màu) làm đãy đựng kinh.

"Rồi quét dọn một nơi sạch sẽ, thiết lập một cái tòa cao mà để lên, thì lúc ấy có bốn vị thiên vương quyến thuộc và cùng vô lượng trăm ngàn thiên chúng, ở các cõi Trời khác đều đến đó mà cúng dường và thủ hộ." Chúng ta lựa chọn một khuôn viên sạch sẽ nhất trong nhà, thiết lập một tòa để kinh lên, vì kinh sách là biểu hiện của chân thân Phật. Chúng ta đặt quyển kinh, nhìn thấy quyển kinh là nhìn thấy Phật. Nếu làm được như vậy, bốn vị thiên vương quyến thuộc cùng vô lượng trăm ngàn thiên chúng ở các cõi Trời sẽ đến và gia hộ cho gia đình chúng ta bình an, giúp chúng ta có những phước đức rất lớn.

Kinh văn

"Bạch Đức Thế Tôn, nếu kinh này lưu hành đến chỗ nào có người thọ trì và nghe được danh hiệu của đức Dược Sư Lưu Ly Quang Như Lai thì nhờ công đức bổn nguyện của ngài mà chỗ đó không bị nạn hoạnh tử cũng không bị những ác quỷ, ác thần đoạt lấy tinh khí và dẫu có bị đoạt lấy đi nữa, cũng được hoàn lại, thân tâm yên ổn khỏe mạnh như thường."

Nếu bản kinh này được lưu hành ở nơi nào, những người ở nơi đó được thọ trì và nghe danh hiệu Phật Dược Sư, thì nơi đó sẽ không có nạn hoạnh tử, tức là chết đột ngột. Nhờ vào công đức của Phật Dược Sư nên nơi đó không bị ác quỷ, ác thần đến quấy nhiễu đoạt lấy tinh khí.

Trong Kinh Hoa Nghiêm có một vị hỏi Phật rằng: "Bạch đức Thế Tôn, Bồ tát ở trong luân hồi lục đạo độ tận chúng sinh, làm cách nào để không thối thất tâm Bồ đề." Đức Phật dạy: *"Nếu như muốn không thối thất tâm Bồ đề thì 'Sáng sớm thức dậy, nên nguyện chúng sinh. Nhất thiết trí giác, châu biến thập phương."* Cho nên, sáng sớm thức dậy chúng ta nên nguyện cho hết thảy chúng sinh đều được nhất thiết trí giác, tất cả đều có trí giác ngộ soi chiếu và biến khắp mười phương. Chúng ta phát khởi tâm Đại thừa, tâm Bồ tát, mang đến lợi ích cho tất cả mọi người. Những việc làm đó cần cân nhắc không gây ảnh hưởng đến mọi người xung quanh. Chúng ta niệm danh hiệu của Phật Dược Sư, làm theo lời Phật dạy trong kinh thì chắc chắn nơi chúng ta ở không bị nạn hoạnh tử, không bị ác quỷ, ác thần đoạt lấy tinh khí và nếu như ai lỡ bị đoạt lấy tinh khí rồi, khi thọ trì kinh này thì cũng được hoàn trả lại, thân tâm khỏe mạnh.

Kinh văn

"Phật bảo Mạn Thù Thất Lợi: Phải phải, thiệt đúng như lời ngươi nói. Này Mạn Thù Thất Lợi! Nếu có những người tịnh tín thiện nam, tín nữ nào muốn cúng dường đức Dược Sư Lưu Ly Quang Như Lai, thì trước phải tạo lập hình tượng Ngài, đem để trên tòa cao chưng dọn sạch sẽ các thứ rồi rải bông, đốt các thứ hương, dùng các thứ tràng phan trang nghiêm chỗ thờ ấy trong bảy ngày bảy đêm, phải thọ tám phần trai giới, ăn đồ thanh trai, tắm gội và y phục chỉnh tề, giữ lòng thanh tịnh, không giận dữ, không sát hại đối với tất cả loài hữu tình, phải khởi tâm bình đẳng, đủ cả tâm từ, bi, hỷ, xả làm cho họ được lợi ích an vui, đánh nhạc ca hát ngợi khen và do phía hữu

> **đi nhiễu quanh tượng Phật, lại phải nghĩ nhớ công đức bổn nguyện và đọc tụng Kinh này, suy nghiệm nghĩa lý mà diễn nói khai thị cho người khác biết. Làm như vậy thì mong cầu việc chi cũng đều được toại ý, như cầu sống lâu được sống lâu, cầu giàu sang được giàu sang, cầu quan vị được quan vị, cầu sanh con trai, con gái thì sanh được con trai, con gái."**

Người tịnh tín là người có niềm tin thanh tịnh, tin tưởng mà không có điều kiện mong cầu. Tin chắc vào lời của Đức Phật dạy không bao giờ sai. Những người này muốn cúng dường đức Dược Sư Lưu Ly Quang Như Lai thì phải tạo lập hình tượng Ngài, đặt trên tòa cao sạch sẽ, cúng dường hương hoa, tràng phan và thờ phụng trong bảy ngày bảy đêm.

"Phải thọ tám phần trai giới, ăn đồ thanh trai, tắm gội và y phục chỉnh tề, giữ lòng thanh tịnh, không giận dữ, không sát hại đối với tất cả loài hữu tình, phải khởi tâm bình đẳng, đủ cả tâm từ, bi, hỷ, xả làm cho họ được lợi ích an vui, đánh nhạc ca hát ngợi khen và do phía hữu đi nhiễu quanh tượng Phật."

Ngoài việc tạo lập hình tượng đức Phật Dược Sư thì người thiện nam, tín nữ còn phải thọ Bát quan trai giới, tức là tám giới do Phật chế định, ăn uống thanh tịnh, tắm gội sạch sẽ, quần áo chỉnh tề, giữ lòng thanh tịnh không sân hận, không mang tâm giết hại, đối với tất cả chúng sinh phải khởi tâm bình đẳng. Muốn khởi tâm bình đẳng với các loài hữu tình, chúng ta phải học cách quán chiếu. Chúng ta tập quán chiếu tất cả các loài hữu tình đều có tánh Phật, do nghiệp đã tạo mà chúng sinh phải thọ nhận lấy quả báo chiêu cảm mang thân như vậy. Khi giải hết nghiệp, chúng sinh sẽ thọ nhận thân khác, nhưng khi tu tập thành Phật thì mọi chúng sinh đều như nhau. Chúng ta quán chiếu như vậy sẽ thấy chúng ta và chúng sinh là bình đẳng, khi đó sẽ có đủ tâm từ bi, hỷ xả. Đó là tâm ban vui, cứu khổ, tâm hoan hỷ, buông xả, không phiền não, làm cho mọi người đều an vui và giữ tâm như vậy để nhiễu quanh tượng Phật, thể hiện sự tôn kính và tạo thêm công đức lớn.

Chúng ta nên kinh hành niệm Phật như một hình thức nhiễu Phật. Chúng ta nhiếp tâm cung kính trong từng bước chân lúc nhiễu quanh tượng Phật. Khi đi kinh hành niệm Phật trong hàng ngũ, chúng ta không nên dừng lại phía trước tượng Phật để xá lạy, vì như vậy làm ảnh hưởng đến những người khác. Chúng ta hãy đi với tâm Phật trong chính mình.

"Lại phải nghĩ nhớ công đức bổn nguyện và đọc tụng kinh này, suy nghiệm nghĩa lý mà diễn nói khai thị cho người khác biết. Làm như vậy thì mong cầu đều được toại ý, như cầu sống lâu, được sống lâu, cần giàu sang, được giàu sang, cầu quan vị, được quan vị, cầu sinh con trai con gái thì sinh được con trai, con gái."

Chúng ta nên nghĩ nhớ đến công đức, bổn nguyện của đức Phật Dược Sư trong mười hai lời nguyện và đọc tụng kinh này, suy nghiệm nghĩa lý mà diễn nói, khai thị cho mọi người cùng biết. Nếu chúng ta làm như vậy thì mọi mong cầu đều được gia hộ, thành tựu như ý nguyện. Đức Phật Thích-ca đã nói về công hạnh của Phật Dược Sư thù thắng như vậy, chúng ta nên cố gắng hành trì. Chúng ta làm được bao nhiêu, phước đức sẽ sinh bấy nhiêu. Phước đức tăng trưởng sẽ sinh ra công đức làm thay đổi cảnh giới của chúng ta.

Kinh văn

"Lại nếu có người nào trong giấc ngủ thấy những điều chiêm bao dữ, còn khi thức thấy những ác tướng như chim đến đậu nơi vườn nhà, hoặc chỗ ở hiện ra trăm điều quái dị, mà người ấy dùng những của báu cúng dường Đức Phật Dược Sư Lưu Ly Quang Như Lai, thì những ác mộng, ác tướng và những điềm xấu ấy thảy đều ẩn hết, không còn phải lo sợ gì nữa."

Như đã nói, thân người của chúng ta hiện nay gọi là chánh báo, còn hoàn cảnh sống xung quanh ta là y báo. Chánh báo và y báo có tương quan mật thiết với nhau. Y báo là hoàn cảnh, nếu như hoàn cảnh được đầy đủ thì thân thể chúng ta sẽ được bảo hộ, chăm sóc kỹ lưỡng, đầy đủ vật chất, khiến cho tâm hồn trở lên thoải mái. Nếu hoàn cảnh khó khăn, tâm chúng ta lo lắng, chẳng hạn như đau bệnh không có tiền mua thuốc, đói không có tiền mua thức ăn duy trì thân mạng. Đó là sự tương quan với nhau. Nếu như hoàn cảnh thuận lợi thì thân thể chúng ta sẽ khỏe mạnh hơn. Khi hoàn cảnh xung quanh hiện ra những điều quái dị, như chim cú mèo đậu nơi vườn nhà hay những con chồn hôi đến chỗ chúng ta ở xịt mùi hôi thối, gián nổi đầy nhà, thì người sống trong hoàn cảnh đó phải chịu những khổ não, ban ngày bất an, ban đêm chìm vào giấc ngủ lo lắng sợ hãi. Chúng ta phải thấy rằng do nhân duyên, thiếu phước báu nên mới chiêu cảm quả báo như vậy. Phước đức không ai cho mà do chính mình tạo ra, cũng chính mình hủy hoại. Đoạn kinh này nhắc nhở chúng ta rằng y báo, chánh báo đều do bản thân mình tạo ra. Khi gặp những cảnh ác duyên, chúng ta phải cầu đến vị thầy thuốc là Phật Dược Sư, vị Phật có phước đức tròn đầy để làm ruộng phước. Ngài chỉ cho chúng ta dùng tâm trong sạch, chữa bệnh của lòng mình và thân chúng ta sẽ sáng ngời như ngọc lưu ly, hào quang của ngài chiếu diệu đến chúng ta. Chúng ta thành tâm cúng dường ngài. Khi đó phước đức tăng trưởng, những ác mộng, ác tướng đều được hóa giải, không còn lo sợ.

Kinh văn

"Nếu gặp tai nạn nguy hiểm như nạn nước lửa, gươm, đao, thuốc độc và các cầm thú dữ gây sự sợ hãi như: voi, sư tử, cọp, sói, gấu, rắn độc, bò cạp, rít, sên, lằn, muỗi, mà hết lòng nhớ niệm và cung kính cúng dường Đức Phật Dược Sư Lưu Ly Quang Như Lai thì được thoát khỏi những sự sợ hãi ấy; hoặc nếu bị nước khác xâm lăng, nhiễu hại, trộm cướp rối loạn mà nhớ niệm và cung kính Đức Phật Dược sư thì cũng được thoát khỏi những nạn ấy."

Gặp những nạn nước, lửa, gươm, đao, thuốc độc hay gặp các loài thú dữ gây sợ hãi, đó đều là do nghiệp của chúng ta, do nhân duyên chúng ta đã tạo từ đời trước, nên mới chiêu cảm những cảnh đó. Cũng vì nhân duyên nghiệp báo mà chúng sinh phải tái sinh làm những con vật như sói, gấu, rắn độc, bò cạp... Mặc dù mang thân khác nhau nhưng tánh Phật trong các loài đều giống nhau.

Đạo Phật dạy chúng ta ăn chay để không giết hại chúng sinh khác, kết thành những duyên nghiệp xấu gây tổn hại trong đời sau. Nếu người nào gặp những tai nạn nguy hiểm này hay vướng vào hoàn cảnh chạy giặc, bị nước khác xâm lăng, gây hại, nhưng hết lòng nhớ niệm và cung kính cúng dường Đức Phật Dược Sư thì sẽ thoát khỏi những nạn nguy hiểm, sợ hãi đó. Hôm nay chúng ta may mắn gặp đức Phật Dược Sư, chúng ta dùng biệt nghiệp của mình, thành khẩn tụng niệm, cầu nguyện, lễ bái, cúng dường ngài, để gieo phước sinh về cõi Tịnh độ. Chúng ta không còn muốn tái lai trong cõi Ta Bà, chúng ta vạch cho mình một lối đi an lạc.

Kinh văn

"Lại nữa Mạn Thù Thất Lợi, nếu có thiện tín nữ nào từ khi phát tâm thọ giới cho đến ngày chết, không thờ những vị Trời nào, chỉ một lòng nương theo Phật, Pháp, Tăng thọ trì giới cấm, hoặc 5 giới, 10 giới, Bồ tát 10 giới trọng, 48 giới khinh, Tỳ kheo 250 giới, Tỳ kheo ni 348 giới nếu có ai hủy phạm những giới pháp đã thọ sợ đọa vào ác thú, hễ chuyên niệm và cung kính cúng dường Đức Phật Dược Sư thì quyết định không thọ sinh trong ba đường ác."

Người đệ tử Phật phát tâm thọ giới, cho đến khi chết không thờ những vị trời nào, chỉ một lòng hướng theo Phật, Pháp, Tăng. Thọ trì giới cấm sẽ có nhiều lợi lạc. Các giới cấm của Đức Phật đưa ra không phải để làm cho chúng ta gặp trở ngại trong sinh hoạt ứng xử hay nhân danh việc trì giới để đánh giá người khác, mà để bảo hộ sự bình an, làm lợi lạc cho người thọ giới.

"Hoặc 5 giới, 10 giới, Bồ tát 10 giới trọng, 48 giới khinh, Tỳ kheo 250 giới, Tỳ kheo ni 348 giới nếu có ai hủy phạm những giới pháp đã thọ sợ đọa vào ác thú, hễ chuyên niệm và cung kính cúng dường Đức Phật Dược Sư thì quyết định không thọ sinh trong ba đường ác." Khi phạm giới sẽ chiêu cảm sinh vào ba đường ác, đó là quả báo của sự phạm giới. Khi chúng ta phạm giới nhưng sau đó biết sám hối, cung kính cúng dường đức Phật Dược Sư, thần lực của ngài sẽ gia hộ và che chở, giúp chúng ta thoát khỏi những khổ đau do chúng ta si mê tạo ra.

Kinh văn

"Lại nếu có người phụ nữ nào đương lúc sinh sản phải chịu sự cực khổ đau đớn mà xưng danh hiệu, lễ bái và hết lòng cung kính cúng dường Đức Phật Dược Sư thì khỏi những sự đau khổ ấy mà sinh con ra cũng được vuông tròn, tướng mạo đoan trang, lợi căn thông minh, an ổn ít bệnh hoạn, ai thấy cũng vui mừng và không bị quỷ cướp đoạt tinh khí."

Người phụ nữ khi sinh phải chịu nhiều đau đớn, để nhiếp tâm xưng niệm được danh hiệu Phật Dược Sư trong hoàn cảnh đó thì hằng ngày trong tâm tưởng chúng ta phải thường nghĩ và niệm danh hiệu ngài. Nhờ năng lực gia hộ của Phật Dược Sư người phụ nữ đang phải chịu cảnh đau đớn ấy sẽ được sinh con an toàn, đứa trẻ sinh ra khỏe mạnh, thông minh, xinh đẹp. Có một loài quỷ chuyên cướp đoạt tinh khí ở nơi có người sinh đẻ, trong hoàn cảnh này người nào biết trì chú hoặc tụng Kinh Dược Sư thì sẽ xua đuổi được loài quỷ này, không để chúng cướp đoạt đi tinh khí làm cho đứa trẻ bị bệnh.

Kinh văn

Lúc ấy đức Thích Ca cũng bảo ông A Nan rằng: "Theo như ta đã xưng dương những công đức của Phật Dược Sư Lưu Ly Quang Như Lai, đó là công hạnh rất sâu xa của chư Phật, khó hiểu thấu được, vậy ngươi có tin chăng?" Ông A Nan bạch Phật: "Bạch đức Thế Tôn, đối với khế kinh của Như Lai nói, không bao giờ con sinh tâm nghi hoặc. Tại sao? Vì những nghiệp thân, khẩu, ý của các đức Như Lai đều thanh tịnh. Bạch đức Thế Tôn, mặt trời mặt trăng có thể rơi xuống, núi Diệu cao có thể lay động, nhưng những lời của chư Phật nói ra không bao giờ sai được."

Đức Phật đã hỏi ngài A Nan có tin vào những phước báu không thể nghĩ bàn mà Phật đã nói về công đức khi niệm danh hiệu và cúng dường Phật Dược Sư, vì ngài quan ngại về căn cơ của chúng sinh khi thiếu niềm tin. Nhưng với trí đa văn của ngài A Nan, một bậc hiểu biết, ngài đã nói xác quyết: *"Mặt trời, mặt trăng có thể rơi xuống, núi Diệu Cao có thể lay động, nhưng lời của chư Phật nói ra không bao giờ sai được."* Vì đó đều là những lời dạy từ thân, khẩu, ý thanh tịnh của chư Phật.

Kinh văn

"Nếu có những chúng sinh nào tín căn không đầy đủ, nghe nói đến những công hạnh sâu xa của chư Phật thì nghĩ rằng: Làm sao chỉ niệm danh hiệu của một đức Dược Sư Lưu Ly Quang Như Lai mà được nhiều công đức thắng lợi ngần ấy? Vì sự không tin đó, trở sinh lòng hủy báng, nên họ phải mất nhiều điều lợi ích, mãi ở trong cảnh đêm dài tăm tối, còn bị đọa lạc trong các đường ác thú, lưu chuyển không cùng."

Chúng sinh tín căn không đầy đủ chính là những người không đủ niềm tin. Không tin vào những phước báu như lời Phật nói ra, nên dễ sinh tâm hủy báng, như một người không tin Phật pháp sẽ hủy báng Phật pháp, không muốn người khác tin theo Phật pháp, đi chùa, cúng dường... Chính vì sự không tin và sinh lòng hủy báng đối với những người làm phước, không muốn làm phước cho chính mình, nên họ sẽ tự đẩy mình vào con đường tăm tối, không có phước đức che chở, thiếu trí tuệ, đánh mất ngọn đèn của chính mình, đi vào những cảnh tăm tối, khổ đau, bị đọa lạc trong các đường ác.

Kinh văn

Phật lại bảo ngài A Nan: "Những chúng hữu tình ấy, nếu nghe danh hiệu đức Dược Sư Lưu Ly Quang Như Lai, chí tâm thọ trì, không sinh lòng nghi hoặc mà đọa vào ác thú thì thật vô lý vậy."

Một lần nữa chúng ta thấy được sự gia hộ mầu nhiệm của đức Phật Dược Sư. Chúng ta nương vào sự gia hộ của đức Phật Dược Sư nhiều hơn là công hạnh hành trì. Bản kinh này ít đề cập tới phương pháp hành trì mà chỉ tán thán sự gia hộ mầu nhiệm của đức Phật Dược Sư. Chúng ta phải có niềm tin và thực hành theo lời Phật dạy sẽ cảm nhận được kết quả.

Kinh văn

"Này A Nan, đó là công hạnh rất sâu nhiệm của chư Phật, khó tin, khó hiểu mà nay ngươi lãnh thọ được thì biết rằng đó là nhờ oai lực của Như Lai vậy."

Chúng ta lĩnh hội và cảm nhận danh hiệu của chư Phật mười phương mầu nhiệm, chúng ta đang tiếp nhận Phật pháp thì phải lập tức sống với Phật pháp, phải nỗ lực từng ngày vì ta đang được chư Phật gia trì.

Kinh văn

"Này A Nan, tất cả các hàng Thanh văn, Độc giác và các bậc Bồ tát chưa lên đến bậc sơ địa đều không thể tin hiểu đúng như thật, chỉ trừ những bậc Nhứt sanh sở hệ Bồ tát mới tin hiểu được mà thôi."

Thanh văn là hàng đệ tử Phật tu chứng từ Sơ quả đến Tứ quả tiểu thừa, tức quả vị A-la-hán. Thanh (聲) có nghĩa là âm thanh, tiếng nói. Các vị này nhờ nghe âm thanh thuyết pháp của Phật mà tu tập chứng đắc, nên gọi là Thanh văn. Độc giác hay Duyên giác là những vị chứng ngộ nhờ quán chiếu lý nhân duyên. Gọi là Độc giác vì các vị này tự mình quán chiếu mà giác ngộ, thường vào những lúc không có Phật ra đời. Đức Phật khẳng định rằng, phàm phu chúng ta chỉ có thể hiểu và hình dung về thần lực của đức Phật Dược Sư nhưng không thể hiểu rõ hết tất cả. Ngay cả các vị Thanh văn hàng Tứ quả, các vị tu chứng quả vị Duyên giác, cho đến các bậc Bồ tát chưa lên bậc Sơ địa cũng chưa hiểu rõ được hết. Chỉ trừ những bậc Bồ Tát Nhất sinh sở hệ, cũng gọi là Nhất sanh bổ xứ, tức là những vị Bồ Tát chỉ còn hiện thân giáo hóa một đời nữa là thành Phật, chẳng hạn như đức Bồ Tát Di Lặc ở cung Trời Đâu Suất, mới hiểu hết được giá trị mầu nhiệm của đức Phật Dược Sư.

Kinh văn

"Này A Nan, thân người khó đặng, nhưng hết lòng tin kính tôn trọng ngôi Tam bảo còn khó hơn, huống chi nghe được danh hiệu của Đức Dược Sư Lưu Ly Quang Như Lai lại còn khó hơn nữa."

Khi học Phật pháp, chúng ta phải cẩn thận với tâm bất kính. Cùng sinh hoạt trong đạo tràng nhưng chúng ta lại khởi tâm bất kính với bạn đồng tu, đó là tự mình hại mình. *Nhân vô thập toàn*, người có lúc đúng lúc sai, bản thân chúng ta cũng vậy, chưa chắc mình giác ngộ mà người ta không giác ngộ. Khi ta khởi tâm khinh thường người khác, bản ngã của chúng ta lên cao, chúng ta đã tạo nhân xấu. Một lòng cung kính tôn trọng người khác sẽ được người khác cung kính, tôn trọng mình. Tin kính, tôn trọng Tam bảo không chỉ được người người cung kính, tôn trọng mà còn có phước đức rộng lớn.

Kinh văn

"Này A Nan, đức Dược Sư Lưu Ly Quang Như Lai tu không biết bao nhiêu hạnh Bồ tát, dùng không biết bao nhiêu phương tiện khéo léo, phát không biết bao nhiêu nguyện rộng lớn, nếu ta nói ra trong một kiếp hay hơn một kiếp thì kiếp số có thể mau hết, chớ những hạnh nguyện và những phương tiện khéo léo của Đức Phật kia không khi nào nói cho hết được."

Phật Dược Sư đã tu không biết bao hạnh nguyện rộng lớn, dùng phương tiện khéo léo để gia hộ, cứu độ cho chúng sinh. Công hạnh của Phật Dược Sư vô cùng rộng lớn, ngay đến đức Thích Ca nói ra vô lượng kiếp thì kiếp số có thể mau hết còn công hạnh mầu nhiệm và sự gia hộ không thể nghĩ bàn của Phật Dược Sư không bao giờ hết được. Chúng ta phải đem bản thân mình đưa vào hào quang của Phật Dược Sư để soi chiếu, tự cảnh tỉnh nhắc nhở chính mình.

VIII. BỒ TÁT THƯA HỎI

Kinh văn

"Lúc bấy giờ trong chúng hội có một vị đại Bồ tát tên là Cứu Thoát liền từ chỗ ngồi đứng dậy, vén y để bày vai bên hữu, gối bên mặt quỳ sát đất, cúi mình chắp tay bạch Phật rằng."

Bồ tát là nói tắt của Bồ-đề-tát-đỏa, phiên âm từ chữ Bodhisattva, dịch nghĩa là Giác hữu tình, hàm ý là bậc tự giác giác tha, vì vị Bồ tát là người tự mình giác ngộ và giúp cho mọi người giác ngộ theo. Vị Bồ tát trong kinh văn ở đây đã từng cứu độ và giải thoát cho những chúng sinh mắc phải những bệnh khổ, ưu phiền nên được gọi là Bồ tát Cứu Thoát. Ngài từ chỗ ngồi đứng dậy vén y để bày vai bên hữu nhằm thể hiện sự cung kính, tôn trọng, thân tướng trang nghiêm, không che giấu điều gì. Ngài quỳ gối bên mặt sát đất, cúi mình chắp tay bạch Phật. Đây là một trong chín phép lễ bái mà chư tăng thời ấy hay sử dụng. Lễ nghi cung kính này cho thấy Bồ tát Cứu Thoát phát đại nguyện đem đến lợi ích cho tất cả chúng sinh, luôn sống trong tinh thần vô ngã. Ngài thể hiện sự cung kính với ý thanh tịnh, thanh tịnh từ thân, khẩu, ý, để bạch Phật mong cầu lợi ích cho chúng sinh.

Kinh văn

"Bạch Đức Thế Tôn, đến thời kỳ tượng pháp, có những chúng sinh bị nhiều hoạn nạn, khốn khổ, tật bệnh luôn luôn, thân hình gầy ốm, ăn uống không được, môi cổ khô

> rang, mắt thấy đen tối, tướng chết hiện ra, cha mẹ, bà con, bè bạn quen biết vây quanh khóc lóc. Thân người bịnh vẫn còn nằm đó mà đã thấy sứ giả đến dẫn thần thức đem lại trước mặt vua Diêm Ma pháp vương, rồi liền khi ấy vị thần Câu Sanh, đem sổ ghi tội phước của người đó dưng lên vua Diêm Ma."

Tượng pháp tức là thời gian sau khi đức Thế Tôn nhập Niết bàn, khi thời kỳ chánh pháp không còn nữa, giáo pháp của đức Phật truyền dạy chỉ còn tương tợ chứ không được chính xác như lúc được nói ra từ kim khẩu Phật. Sau thời kỳ tượng pháp, khi giáo pháp đã sai lệch rất nhiều và hầu như không còn ai thực sự tu chứng, đó gọi là thời kỳ mạt pháp.

Trước thời tượng pháp, chúng sinh rất ít bệnh tật, do sự chiêu cảm nghiệp lực tương ứng của sự tu tập còn tốt đẹp, hiệu quả. Sang đến thời tượng pháp, do sự tu tập hành trì cũng giảm sút và có phần lệch hướng, nên chúng sinh gặp nhiều bệnh tật, nghiệp báo lại tiếp tục tạo ra nhiều như núi.

Nghe câu kinh này, chúng ta phải soi chiếu lại chính mình. Chúng ta đã chạy theo vọng thức điên đảo, phóng tâm ra ngoại cảnh, thông qua sáu giác quan phóng ra bên ngoài vui chơi với lục trần. Lục trần thì thành trụ hoại không, sinh lão bệnh tử, thăng trầm sinh diệt, biến động đông tây, khiến cho tâm chúng ta cũng thất điên bát đảo theo sự sinh diệt và niệm niệm sinh diệt liên tục phát triển tạo thành thói quen, hay tập khí. Trong kinh dạy rằng: "Tập khí như bạo lưu", nghĩa là tập khí có sức mạnh như một dòng nước chảy xiết. Chúng ta bị nó cuốn đi mà không quay lại được. Nay có cơ duyên hiểu được giáo pháp, chúng ta phải phát Bồ đề tâm, đi ngược lại dòng tập khí này. Chúng ta phải nỗ lực đoạn trừ, đoạn trừ mỗi ngày một chút, phải nhìn thấy nghiệp xấu của mình. Để thấy được nghiệp, chúng ta phải đóng cửa hoạt động của sáu giác quan, thu thúc lục căn trở về soi chiếu vào nội tâm của chính mình, nhận ra đâu là nghiệp của mình và phải chấp nhận sửa nó. Nếu đã thấy mà không sửa, hoặc nghĩ mình đúng mọi người sai thì chỉ trong góc độ thế gian mới có đúng sai, còn từ góc độ Phật pháp thì chúng ta không đúng. Vì chúng ta đang nghĩ đúng tức là sai, thế gian bản thể là vô ngã, không thực thể, là duyên sinh duyên diệt, chúng ta chấp chặt trong suy nghĩ đúng là sinh phiền não chướng, sở tri chướng.

Chúng ta cũng thường gặp rất nhiều người ốm đau bệnh tật, không thể ăn uống, tồn tại trong trạng thái yếu đuối, năng lượng suy giảm, mắt thấy đen tối, tướng chết hiện ra khiến cho cha mẹ, bà con, bè bạn quen biết vây quanh khóc lóc, nghĩ rằng người đó sẽ không qua khỏi. Lúc bấy giờ *"thân người bệnh vẫn còn nằm đó mà đã thấy sứ giả đến dẫn thần thức đem lại trước mặt vua Diêm Ma pháp vương, rồi liền khi ấy vị thần Câu sinh đem sổ ghi tội phước của người đó dâng lên vua Diêm Ma."*

Đại từ bi vô lượng chư Phật, không một vị nào không muốn đem chúng sinh ra khỏi đau khổ. Nhưng vì chúng ta cứ muốn sống ở trong nghiệp nên chúng ta vẫn phải đi trong khổ đau. Tội phước của chúng sinh sẽ được Diêm Ma pháp vương phán quyết. Diêm Ma pháp vương là ông quan tòa tồn tại trong mỗi con người, đó chính là tòa án lương tâm của chúng ta. Người phụ tá cho Diêm Ma pháp vương là vị thần Câu sinh. Câu sinh (俱生) nghĩa là sinh ra cùng lúc, vì khi một người sinh ra trên thế gian thì vị thần này cũng cùng lúc sinh ra với người ấy, nên gọi là Câu sinh thần. Vị thần Câu sinh này cùng sống với người ấy, có trách nhiệm theo dõi, ghi chép tất cả những điều thiện ác suốt trong một đời người ấy, để sau khi chết đi thì mang tất cả báo lên vua Diêm Ma.

Chúng ta khởi tâm làm việc này sẽ sinh thêm việc khác. Cảnh với tâm tác động với nhau sẽ sinh ra thức, thức này chính là thần thái của con người. Người trí sáng nhìn họ rất sắc bén, phong cách tự tại, còn người kém trí ta sẽ thấy họ lờ đờ, mệt mỏi.

Thần Câu sinh là người biết hết những việc chúng ta làm, cũng chính là sự tương tác của căn và trần, sinh ra thức. Thần Câu sinh từ tâm biến hóa thì vô lượng cõi này cũng từ tâm biến hóa. Vô lượng cõi từ tâm biến hóa là huyễn, thần Câu sinh cũng là huyễn, nhưng khi chúng ta chưa vượt thoát thế giới huyễn thì phải chịu sự chi phối đó. Chúng ta phải hiểu rõ sự biến hóa của tâm, thức và cảnh. Vị thần Câu sinh theo dõi và biết hết những thức mà chúng ta khởi sinh để tạo nghiệp. Vị thần này ghi lại hết và đem những tội phước của chúng ta trình lên vua Diêm Ma, vị quan tòa của nội tâm chúng ta.

Kinh văn

"Lúc ấy vua phán hỏi rồi kê tính những tội phước của người kia đã làm mà xử đoán. Nếu trong lúc đó, những bà con quen biết, vì người bệnh ấy, quy y với đức Dược Sư Lưu Ly Quang Như Lai và thỉnh chúng tăng đọc tụng kinh này, đốt đèn bảy tầng, treo thần phan tục mạng năm sắc, thì hoặc liền trong lúc ấy, hoặc trải qua bảy ngày, hai mươi mốt ngày, ba mươi lăm ngày, bốn mươi chín ngày, thần thức người kia được trở lại như vừa tỉnh giấc chiêm bao, tự mình nhớ biết những nghiệp lành, nghiệp dữ và sự quả báo đã thọ."

Chúng ta đi chùa, tụng một thời kinh, phước đức vô cùng, nhưng lại mắng bà kia một câu, lườm cô này một cái, nhìn anh kia thấy ghét, vậy là chính chúng ta làm hao mòn phước đức của mình. Việc tạo phước chúng ta hãy gắng làm. Không có điều kiện tạo phước thì chúng ta nhiếp niệm hiện tiền, gặp cảnh trái ý lập tức soi chiếu tâm mình và giữ tâm trong nghịch cảnh không sinh phiền não. Phải cẩn thận giữ gìn thân, khẩu, ý không buông thả tạo tội. Nếu không, thần Câu sinh sẽ ghi chép tất cả, Vua Diêm Ma pháp vương sẽ xử án chúng ta.

Trong lúc bệnh tật và đến gặp vua Diêm Ma là chúng ta đã đến gần với cái chết. Người bị bệnh khi đó đang chịu đau đớn, thân thể ốm yếu không thể làm gì, nhưng người thân, bà con quen biết có thể vì người bệnh đó mà phát tâm quy y với đức Dược Sư Lưu Ly Quang Như Lai, cầu thỉnh chư tăng đọc tụng kinh này, đốt đèn và treo thần phan tục mạng năm sắc, làm liên tục trong 7 ngày, 21 ngày, 35 ngày, 49 ngày, tùy theo hoàn cảnh, thần thức người bị bệnh sẽ được trở lại như là tỉnh giấc chiêm bao.

Điều này có được là nhờ thân bằng quyến thuộc của người bệnh làm những pháp sự như trên, rồi hồi hướng cho người bệnh. Trong Kinh Địa Tạng có nói, khi làm việc thiện rồi hồi hướng cho người thân thì trong bảy phần công đức, người thân ấy mới nhận được một phần. Việc thỉnh chư tăng đọc tụng kinh này và làm các pháp sự không chỉ trong một ngày mà là nhiều ngày, tới 49 ngày, thì tự nhiên phước đức sinh ra rất lớn, năng lực hồi hướng cho người thân của mình tăng lên. Khi phước tăng lên, vua Diêm Ma, thần Câu sinh tự biến mất, thần thức được trở lại. Nhờ có năng lực công đức lớn này người bệnh được trở lại, tự biết rõ nghiệp lành nghiệp dữ của mình và những quả báo mà họ đã thọ nhận.

Kinh văn

"Bởi chính mình đã rõ thấy nghiệp báo như vậy, nên dẫu có gặp phải những tai nạn nguy hiểm đến tính mạng cũng không dám tạo những nghiệp ác nữa. Vậy nên những tịnh tín thiện nam, tín nữ đều phải một lòng thọ trì danh hiệu và tùy sức mình cung kính cúng dường Đức Dược Sư Lưu Ly Quang Như Lai."

Câu kinh này không chỉ dạy cho người bệnh mà còn dạy cho chúng ta. Nếu chúng ta tiếp tục dùng thân, khẩu, ý tạo nghiệp và nhất là xâm hại những người chung quanh thì nhất định sẽ phải nhận chịu quả báo xấu ác. Chúng ta phải nhìn thấy rõ nghiệp báo như vậy để không vì si mê mà tự hại chính mình.

"Vậy nên những tịnh tính thiện nam tín nữ, đều phải một lòng thọ trì danh hiệu và tùy sức mình cung kính cúng dường đức Dược Sư Lưu Ly Quang Như Lai." Chữ tịnh tín một lần nữa nhắc chúng ta về niềm tin thanh tịnh, một niềm tin không có điều kiện để thọ trì và cung kính cúng dường Đức Phật Dược Sư.

Kinh văn

Lúc bấy giờ ông A Nan hỏi Cứu Thoát Bồ tát rằng: "Này thiện nam tử, nên cung kính cúng dường đức Dược Sư Lưu Ly Quang Như Lai như thế nào? Còn đèn và phan tục mạng phải làm cách sao?"

Ngài A Nan hỏi Cứu Thoát Bồ tát nhưng vẫn gọi là thiện nam tử, là người nam có trí hướng thiện. Ngài A Nan hỏi Bồ tát Cứu Thoát hai câu hỏi rất quan trọng giúp chúng sinh không có vướng mắc, vì tâm từ bi các ngài chỉ dạy rõ ràng.

Kinh văn

Cứu Thoát Bồ tát nói: "Thưa Đại Đức, nếu có người bệnh nào, muốn khỏi bệnh khổ thì quyến thuộc họ phải thọ trì tám phần trai giới trong bảy ngày, bảy đêm tùy theo sức mình sắm sửa đồ ăn uống và các thứ cần dùng khác cúng dường chư tăng ngày đêm sáu thời, lễ bái cúng dường đức Dược Sư Lưu Ly Quang Như Lai. Đọc tụng kinh này bốn mươi chín biến và thắp bốn mươi chín ngọn đèn, lại tạo bảy hình tượng đức Dược Sư, trước mỗi hình tượng để bảy ngọn đèn, mỗi ngọn lớn như bánh xe, đốt luôn trong bốn mươi chín ngày đêm đừng cho tắt; còn cái thần phan thì làm bằng hàng ngũ sắc bề dài bốn mươi chín gang tay và phải phóng sanh bốn mươi chín thứ loài vật thì người bịnh ấy qua khỏi ách nạn, không còn bị hoạnh tử và bị các loài quỷ nhiễu hại."

Bồ tát Cứu Thoát gọi Ngài A Nan là Đại đức, đây là một trong những tên gọi thể hiện giáo phẩm trong Tăng đoàn. Bồ tát nói, nếu có chúng sinh muốn được khỏi bệnh thì thân bằng quyến thuộc của họ nên phát tâm tu học, thọ tám phần trai giới. Chúng ta thọ trì tám phần trai giới để không có niệm tà, vọng tưởng, các ý niệm trở nên thanh tịnh. Chúng ta hành trì trong bảy ngày bảy đêm, tùy theo sức của mình, sau đó sắm sửa các đồ ăn và các đồ dùng khác để cúng dường chư tăng, ngày đêm sáu thời, tùy theo sức của mình lễ bái cúng dường đức Dược Sư Lưu Ly Quang Như Lai.

"Đọc tụng kinh này bốn mươi chín biến và thắp bốn mươi chín ngọn đèn, lại tạo bảy hình tượng đức Dược Sư, trước mỗi hình tượng để bảy ngọn đèn, mỗi ngọn lớn như bánh xe." Chúng ta phải đọc tụng Kinh Dược Sư trong 49

biến, thắp 49 ngọn đèn rồi tạo bảy hình tượng Đức Dược Sư. Tạo bảy hình tượng Đức Phật Dược Sư, dù lớn dù bé, công đức vẫn trọn vẹn, vì các pháp là phương tiện, chỉ cần đủ ý nghĩa của thất Phật. Trước mỗi hình tượng các ngài chúng ta bày bảy ngọn đèn lớn như bánh xe. Nói lớn như bánh xe ở đây cũng chỉ là cách nói mang tính ước lệ, và *"đốt luôn trong bốn mươi chín ngày đêm đừng cho tắt, còn thần phan thì làm bằng hàng ngũ sắc bề dài bốn mươi chín gang tay và phải phóng sinh bốn mươi chín thứ loài vật, thì người ấy không còn bị hoạnh tử và bị các loài quỷ nhiễu hại."* Phóng sinh 49 loài vật, đây là quy định con số viên mãn, nên hiểu là phóng sinh nhiều loài vật khác nhau không phân biệt, không lựa chọn. Chúng ta phóng sinh tùy theo sức của mình, cố gắng hết sức phóng sinh bằng tâm từ bi. Đừng nghĩ mua con cá lớn đắt tiền nên mua con cá nhỏ phóng sinh còn con cá lớn mua về thịt ăn, hoặc khởi ý phân biệt chỉ phóng sinh chim mà không muốn phóng sinh cá, hoặc ngược lại. Nếu như vậy phóng sinh sẽ không được viên mãn. Vì lòng từ bi khởi niệm phóng sinh để cứu độ chúng sinh, như vậy sẽ tạo phước tăng thêm tuổi thọ, phước đức như vậy mọi ách nạn sẽ qua, người ấy không còn chết đột tử, không bị các loài quỷ phá quấy.

Kinh văn

"Lại nữa, A Nan! Nếu trong dòng sát đế ly có những vị Quốc vương đã làm lễ quán đảnh mà gặp lúc có nạn, nhân dân bị bệnh dịch, bị nước khác xâm lăng, bị nội loạn, hay bị nạn tinh tú biến ra nhiều điềm quái dị, mưa gió trái mùa, hay bị nạn quá thời tiết không mưa, thì lúc ấy vị Quốc Vương kia phải đem lòng từ bi thương xót tất cả chúng hữu tình, ân xá cho tội nhân bị giam cầm, rồi y theo pháp cúng dường đã nói trước mà cúng dường

> **Đức Dược Sư Lưu Ly Quang Như Lai, thì do căn lành này và nhờ sức bổn nguyện của Đức Dược Sư khiến trong nước liền được an ổn, mưa hòa gió thuận, lúa thóc được mùa, tất cả chúng hữu tình đều vui vẻ, không bịnh hoạn, không có thần Dược Xoa bạo ác não hại lê dân. Tất cả ác tướng ấy đều ẩn mất và các vị quốc vương kia được sống lâu sức mạnh, không bịnh hoạn, mọi việc đều thêm lợi ích."**

Lễ quán đảnh là một nghi lễ truyền ngôi, vị quốc vương được làm lễ quán đảnh sẽ được đội mũ, cài viên ngọc minh châu trên búi tóc, chính thức trở thành vị vua có quyền cai trị đất nước. Có nhiều vị quốc vương mới lên làm vua nhưng đất nước lại gặp nạn, bệnh dịch bùng phát, giặc từ nước khác đến xâm chiến.

Ngoài nạn xâm lăng còn có những đất nước bị nội loạn hay gặp nạn tinh tú, đây là nạn khiến cho mặt trời mặt trăng hiện ra nhiều điều quái dị làm lòng dân bất an, mưa gió trái mùa, xảy ra hạn hán, cuộc sống nhân dân thống khổ. Kinh này khuyên những vị quốc vương đó phải đem lòng từ bi thương xót tất cả chúng hữu tình. Vì lòng từ bi sẽ giúp quốc vương có sự sáng suốt. Khi giận dữ chúng ta thường mất trí khôn. Khi ghét ai, người ta có đúng mình cũng nghĩ rằng sai, không đủ sáng suốt để phân biệt. Lòng từ bi giúp con người thanh thản, hạnh phúc, thiếu lòng từ bi chúng ta dễ sinh tâm sân hận, luôn đòi hỏi người khác phải làm theo ý của mình mà không thấy được chân lý đúng đắn. Những quốc độ có nhiều phước đức, những vị quốc vương, những vị quan chức sẽ lấy tâm đại bi đối với muôn dân. Vì tâm từ bi thương xót chúng sinh những vị quốc vương ấy sẽ ân xá cho những người phạm tội đang bị giam cầm.

Khi Phật pháp hưng thịnh, các vị vua quan đều thọ Bồ tát giới và dạy dân chúng giữ giới nên không có sát sinh, trộm cắp. Vua quan lấy Phật pháp làm nền tảng cai trị đất nước. Người dân sống và làm theo tâm đại từ bi, cùng làm lợi cho nhau và không xâm hại người khác. Được như vậy, chắc chắn xã hội sẽ được thanh bình, thịnh vượng. Ngày nay, chúng ta chỉ cần tuân thủ 5 giới để cùng kiến tạo quốc gia, đem Phật pháp vào trong trường học, dạy thế hệ trẻ về nhân quả thì chắc chắn các thế hệ sau sẽ không làm việc sai trái vì đã biết sợ nhân quả báo ứng. Thế hệ trẻ được học 5 giới do Đức Phật chế định sẽ tuân thủ lối sống lành mạnh, xã hội sẽ trở nên hạnh phúc. Nhưng việc này lại rất khó thực hiện khi kiến thức được giảng dạy nhưng chúng ta không chịu áp dụng vào đời sống, đây đúng là nghiệp của chúng sinh.

Vị quốc vương cai trị quốc độ gặp những nạn trên nên phát nguyện cúng dường đức Dược Sư như Kinh văn đã chỉ dạy để tạo thêm công đức, phát triển căn lành của mình, cầu cho quốc thái dân an. Những vị quốc vương biết làm những việc đó sẽ được quần thần và tứ chúng đi theo phò trì, dân chúng một lòng tin yêu cùng tạo phước. Khi đó, vận mệnh của dân tộc được thay đổi.

Đoạn kinh này không chỉ dạy cho bậc quốc vương mà còn dạy cho chủ nhà, những người chủ một gia đình gặp nhiều tai nạn, hay một trưởng tộc, một vị thầy trụ trì, bởi đây là cộng nghiệp nên những người đứng đầu cần cố gắng tạo phước làm thay đổi nghiệp chung.

"Thì do căn lành này và nhờ sức bổn nguyện của Đức Dược Sư khiến trong nước liền được an ổn, mưa hòa gió thuận, lúa thóc được mùa, tất cả chúng hữu tình đều vui vẻ, không bệnh hoạn, không có thần Dược Xoa bạo ác, não hại lê dân."

Vị quốc vương ở quốc gia đó biết làm theo những lời Phật đã dạy sẽ được đón nhận được năng lực gia trì của Phật Dược Sư, chiêu cảm làm cho quốc độ đó được an ổn, mưa thuận gió hòa, lúa thóc tươi tốt.

Để hóa giải những tai họa, cầu sự bình an, chúng ta phải tạo phước. Những vị quốc vương biết tạo phước cho quốc gia sẽ khiến cho nhân dân được yên ổn, không có bệnh tật, thần Dược xoa không đến làm hại. Thần Dược Xoa bạo ác là sự chiêu cảm khi chúng sinh tạo nghiệp ác, cho nên sẽ làm ra những việc bạo ác gây tổn hại nhân dân.

"Tất cả ác tướng ấy đều ẩn mất và các vị quốc vương kia được sống lâu sức mạnh, không bệnh hoạn, mọi việc đều thêm lợi ích." Trong Kinh Dược Sư, chúng ta ít thấy đức Phật nói đến phương thức tu tập, mà chủ yếu nói đến nguyện lực và sức gia bị của Phật Dược Sư, hay còn gọi là thần lực chiêu cảm của Phật Dược Sư. Chúng ta rất khó hình dung bằng trí của con người, nhưng khi chúng ta ứng nghiệm trong cuộc sống, sẽ thấy được diệu dụng của nó như thế nào. Vì những công đức thù thắng của Phật Dược Sư nên các tướng ác đều ẩn mất, những vị quốc vương có lòng tin vào sự gia trì của Phật Dược Sư được sống lâu, không vướng mắc bệnh tật, mọi việc trong quốc gia đều có lợi ích.

Kinh văn

"Này A Nan, nếu các hoàng hậu, hoàng phi, công chúa, thái tử, vương tử, đại thần, phụ tướng, thể nữ trong cung, bá quan và thứ dân, mà bị bệnh khổ cùng những ách nạn khác thì cũng nên tạo lập thần phan năm sắc, chong đèn sáng luôn, phóng sinh các loài vật, rải hoa đủ sắc, đốt các thứ danh hương để cúng dường Đức Phật Dược Sư, sẽ được lành bệnh và thoát khỏi các tai nạn."

Không chỉ có những vị quốc vương mà các vị hoàng hậu, hoàng phi, công chúa, thái tử, đại thần và thần dân... nếu mắc bệnh khổ hay gặp những tai nạn thì nên làm việc phước đức để cầu năng lực của Phật Dược Sư gia trì thoát khỏi các ách nạn. Trong gia đình chúng ta có ai mắc bệnh, chúng ta cũng nên làm tương tự như việc cúng dường Dược Sư Lưu Ly Quang Như Lai để cầu nguyện cho người thân thoát khỏi tai nạn bệnh tật.

Kinh văn

"Lúc ấy ông A Nan hỏi Cứu Thoát Bồ tát rằng: "Thiện nam tử, tại sao mạng đã hết mà còn sống thêm được?"

Cứu Thoát Bồ tát nói: "Này Đại đức, Đại đức há không nghe Như Lai nói có chín thứ hoạnh tử hay sao? Vậy nên ta khuyên người làm phan và đèn tục mạng, tu các phước đức và nhờ có tu các phước đức ấy nên suốt đời không bị khổ sở hoạn nạn."

Ngài A Nan đã hỏi một câu rất hay, giúp chúng ta không còn vướng mắc. Bồ tát Cứu Thoát nhắc đến việc tu phước, chúng ta tu phước không có nghĩa rằng đi cúng dường chư Phật, làm chuông đúc tượng là phước đức tối thượng, mà phước đức tối thượng là tu sửa nội tâm của mình, làm sao tâm mình luôn khởi lên niệm thiện. Chúng ta cần có hai điều, thứ nhất lòng từ bi, thứ hai là khởi sinh trí tuệ trong tự tâm.

Có lòng từ bi và trí tuệ thì tự nhiên chúng ta sẽ phát triển được đức nhẫn nhục. Người ta chửi mình một câu, mình chửi lại mười câu, điều đó ai cũng làm được. Nhưng đối với người tu học, họ chửi mình, mình sẽ nhẫn. Người chửi mình họ đang sống trong trạng thái sân si tức giận, mình không nên tranh cãi với người sân si, tức giận. Khi mình nhẫn, mình sẽ là người đáng cung kính. *"Lòng từ năng xả, xả những điều khó xả giữa thế gian"*, những điều người ta không thể bỏ qua và tha thứ, nhưng mình có thể bỏ qua và tha thứ. Nhẫn nhịn và tha thứ không phải là hèn nhát, mà đó mới là phẩm tính của bậc trượng phu. Kẻ tiểu nhân hay thù hiềm, ích kỷ, giận hờn và để bụng, còn người quân tử không thù hiềm và để bụng. Điều cần nói thì nói, cần làm thì làm, làm xong thì buông bỏ, đó gọi là xả những điều khó xả giữa thế gian. Vậy nên chúng ta phải học theo hạnh từ bi và trí tuệ. Tâm thường sinh trí tuệ, có hạnh từ bi, có đức hỷ xả thì tự nhiên thanh tịnh, không còn loạn động, không sinh phiền não, giận hờn, chê bai, chỉ trích. Dần dần, chúng ta sẽ trừ bỏ được sự chấp trước. Chính sự chấp trước đã làm hại chúng ta, khiến ta khó sinh vào cảnh giới an lạc.

Chúng ta phải tự xét trong lòng mình, tại sao không sinh trí tuệ? Đó là vì tâm chúng ta còn khởi lên sự ác độc, muốn tước đoạt mạng sống của chúng sinh. Không phải đời này tạo nhân thì luôn luôn đời này nhận quả, mà có thể tạo nhân từ nhiều đời nhiều kiếp đến nay mới nhận quả. Nhân quả xuyên suốt ba đời, giống như ta gieo trồng một ruộng lúa thì ba tháng sau có lúa ăn, nhưng trồng một cây cổ thụ để lấy gỗ thì sáu bảy chục năm sau mới thu hoạch được. Nhân quả có tính thời gian như vậy, nhưng nhân duyên, hoàn cảnh cùng các yếu tố khác cũng góp phần vào tiến trình nhân kết thành quả. Do vậy, người tu chúng ta phải luôn tỉnh thức và thực tập, chế ngự sáu căn, không tạo thêm nhân xấu ác. Sáu căn chính là sáu tên giặc nội ứng lấy đi gia tài thất bảo là sự thanh tịnh nội tâm của chúng ta. Chúng ta phải nhận thức rõ như vậy mới là người biết tu các phước đức.

Kinh văn

Ông A Nan hỏi: "Chín thứ hoạnh tử là những thứ chi?" Cứu Thoát Bồ tát trả lời: "Một là nếu có chúng hữu tình nào, bị bệnh tuy nhẹ, nhưng không thầy, không thuốc, không người săn sóc, hay giá có gặp thầy lại cho uống lầm thuốc, nên bệnh không đáng chết mà lại chết ngang. Lại đang lúc bệnh mà tin theo những thuyết họa phước vu vơ của bọn tà ma ngoại đạo, yêu nghiệt trong đời. Lại đang lúc bịnh mà tin theo những thuyết họa phước vu vơ của bọn tà ma ngoại đạo, yêu nghiệt trong đời, sanh lòng rúng sợ không còn tự chủ đối với sự chơn chánh, đi bói khoa để tìm hiểu mối họa rồi giết hại loài vật để tấu với thần minh, vái van cùng võng lượng để cầu xin ban phước, mong được sống lâu, nhưng rốt cuộc không thể nào được. Bởi si mê lầm lạc, tin theo tà kiến điên đảo nên bị hoạnh tử, đọa vào địa ngục đời đời không ra khỏi."

Trong bản kinh này nhiều lần nhắc đến "hoạnh tử", hoạnh tử là những trường hợp chết bất đắc kỳ tử, chết oan uổng, chuyện không đáng chết nhưng bị chết ngang. Hoạnh tử có nhiều loại, nhưng có chín loại phổ biến mà chúng ta thấy được. Khi rơi vào hoàn cảnh bệnh tật nhưng vì tin vào những thuyết họa phước vu vơ, rồi *"sinh lòng rúng sợ không còn tự chủ đối với sự chân chánh, đi bói khoa để tìm hỏi mối họa rồi giết hại loài vật để tấu với thần minh, vái van cùng võng lượng* để cầu xin ban phước, mong được sống lâu, nhưng rốt cuộc không thể nào được. Bởi si mê lầm lạc, tin theo tà kiến điên đảo nên bị hoạnh tử, đọa vào địa ngục đời đời không ra khỏi."

Vì tin vào những thuyết vu vơ đó rồi sinh ra lo sợ, hoảng loạn, quyết định mọi việc một cách vớ vẩn, không thể tự chủ để suy nghĩ những điều đúng đắn, liền đi bói khoa của những người tà đạo mê tín để hỏi họa phước từ đâu mà ra. Vì u mê nên tin lời giết hại sinh mệnh để thưa với quỷ thần, cầu được sống lâu, nhưng cầu không thể được, còn bị đọa vào địa ngục không thoát ra được.

Đó là những cảnh do tin vào phước họa vu vơ rồi mới tạo nghiệp ác cho chính mình, là loại hoạnh tử thứ nhất. Chúng ta là người Phật tử không được hoang mang mất đi chánh kiến, tin vào những điều tà đạo. Khi khổ đau phải tu tập và nương tựa vào Phật, Pháp, Tăng, không nên hoang mang, hoảng sợ, đi hỏi mối họa phước từ đâu. Họa phước tất nhiên đều từ nơi nhân quả.

Kinh văn

"Hai là bị phép vua tru lục; ba là sa đắm sự chơi bời, săn bắn, đam mê tửu sắc, buông lung vô độ, bị loài quỷ đoạt mất tinh khí; bốn là bị chết thiêu; năm là bị chết đắm; sáu là bị các thú dữ ăn thịt; bảy là bị sa từ trên núi cao xuống; tám là bị chết vì thuốc độc, ếm đối, rủa nộp, trù éo và bị quỷ tử thi làm hại; chín là bị đói khát khốn khổ mà chết."

Bị phép vua tru lục là loại hoạnh tử thứ hai cho chúng ta thấy rõ sự oan uổng. Khi nhà Trần lên ngôi, họ ra tay tàn sát những hậu duệ của nhà Lý, những thảm sát khốc liệt đó chính là do phép vua tru lục. Những cái chết oan uổng thuộc loại này chủ yếu là vì trong thời đại quân chủ, quyền lực của vua chúa là tuyệt đối mà không có những hoạt động độc lập của ngành tư pháp.

Loại hoạnh tử thứ ba là sự sa đắm, chơi bời, săn bắn, đam mê tửu sắc, buông lung vô độ, bị loài quỷ đoạt mất tinh khí. Những người như vậy không chết đi một cách bình thường mà phải đột ngột chết. Do họ đam mê săn bắn, chơi bời, buông lung trong tửu sắc vô độ nên bị loài quỷ đoạt mất tinh khí, dù chưa đáng chết nhưng phải chết oan.

Loại hoạnh tử thứ tư là chết thiêu, chết trong lửa cháy. Loại hoạnh tử thứ năm là chết đắm, chết do bị đuối nước. Loại hoạnh tử thứ sáu là chết vì bị thú dữ ăn thịt. Loại hoạnh tử thứ bảy là bị ngã từ trên núi cao xuống. Loại hoạnh tử thứ tám là chết do thuốc độc, do ếm đối, rủa nộp, trù ẻo và bị quỷ tử thi làm hại. Chết do ếm đối là do bị thầy tà yểm bùa, làm cho bệnh rồi chết. Chết do rủa nộp chính là cái chết do bị người khác nguyền rủa trong một thời gian dài. Những cái chết này là do sự tác động của tâm thức xấu ác, nên thực ra chính là do sự chiêu cảm từ nghiệp xấu sẵn có của người bị nguyền rủa. Cũng có những cái chết đột ngột không rõ nguyên nhân, người ta gọi là chết do quỷ tử thi làm hại. Loại hoạnh tử thứ chín là chết do đói khát khốn khổ. Chín loại hoạnh tử này làm cho những người không đáng chết phải chết, chết một cách oan uổng.

Kinh văn

"Đó là chín thứ hoạnh tử của Như Lai nói. Còn những thứ khác nhiều vô lượng không thể nói hết được."

"Lại nữa, A Nan, Vua Diêm Ma kia là chủ lãnh ghi chép sổ bộ, tên tuổi tội phước trong thế gian. Nếu có chúng hữu tình nào ăn ở bất hiếu, ngũ nghịch, hủy nhục ngôi Tam bảo, phá hoại phép vua tôi, hủy phạm điều cấm giới thì vua Diêm Ma pháp vương tùy tội nặng nhẹ mà hành phạt. Vì thế ta khuyên chúng hữu tình nên thắp đèn, làm phan, phóng sinh, tu phước, khiến khỏi được các khổ ách, khỏi gặp những tai nạn."

Chúng sinh ăn ở bất hiếu, ngũ nghịch chính là người phạm phải năm tội nặng nhất, đó là tội giết cha, giết mẹ, làm thân Phật chảy máu, giết bậc A La Hán, phá hòa hợp tăng. Chúng sinh hủy nhục ngôi Tam bảo, tức là ba ngôi báu bao gồm Phật, Pháp, Tăng. Chúng sinh khinh chê, hủy nhục Tam bảo, đốt phá kinh điển, làm hại Tăng Ni cũng là những kẻ mang tội nặng. Những giới cấm, quy tắc, luật lệ được đặt ra để ổn định xã hội bảo vệ sự bình an của con người, nếu mình phá hủy nó đi cũng gọi là phá hoại phép vua tôi, hủy phạm điều cấm giới.

"Vì thế ta khuyên chúng hữu tình nên thắp đèn làm phang, phóng sinh, tu phước khiến khỏi được các khổ ách, khỏi gặp những tai nạn." Đức Phật Thích Ca Mâu Ni khuyên tất cả chúng hữu tình, ở đây chủ yếu là những con người có tình thức, có hiểu biết, nên thắp đèn, làm phan và phóng sinh, tu các việc phước, nhờ vậy sẽ không bị khổ ách, không gặp tai nạn, được an vui.

IX. HỘ TRÌ VÀ CHÚC LỤY

Kinh văn

"Lúc bấy giờ, trong hàng Đại chúng có mười hai vị Dược Xoa Đại Tướng đều ngồi trong hội như: Cung Tỳ La Đại Tướng, Phạt Chiết La Đại Tướng, Mê Xí La Đại Tướng, An Để La Đại Tướng, Át Nễ La Đại Tướng, San Để La Đại Tướng, Nhân Đạt La Đại Tướng, Ba Di La Đại Tướng, Ma Hổ La Đại Tướng, Chơn Đạt La Đại Tướng, Chiêu Đỗ La Đại Tướng, Tỳ Yết La Đại Tướng".

Dược Xoa (藥叉) là phiên âm từ Phạn ngữ yakṣa, nên cũng đọc là Dạ Xoa (夜叉). Khi một người hung dữ muốn làm hại người khác thì mặt mày họ sẽ nhăn nhó xấu xí, tâm họ sẽ chiêu cảm vào cảnh giới của Dạ Xoa. Vì vậy, hình tướng của 12 vị Đại tướng Dược Xoa không xinh đẹp. Những vị Dược Xoa này cũng chính là hóa thân của Phật, Bồ tát. Ở trong cảnh giới này, chúng sinh chịu nhiều đau khổ do đấu đá, hơn thua nên chư Phật, Bồ tát hóa hiện trong cảnh giới này rất nhiều và dùng những uy lực rất lớn để giáo hóa chúng sinh.

Vị thứ nhất là Cung Tỳ La (宮毘羅) Đại Tướng, tên gọi phiên âm từ chữ Phạn là Kumbhīra, dịch nghĩa là Cực Úy. Vị này có thân tướng màu vàng, trên tay cầm cây chày báu.

Vị thứ hai là Phạt Chiết La (伐折羅) Đại tướng, tên gọi phiên âm từ chữ Phạn là Vajra, dịch nghĩa là Kim Cang. Vị này có thân hình màu trắng, trên tay cầm kiếm báu.

Vị thứ ba là Mê Xí La (迷企羅) Đại tướng, tên gọi phiên âm từ chữ Phạn là Mihira, dịch nghĩa là Chấp Nghiêm. Thân của ông màu vàng, tay cầm cây gậy báu.

Vị thứ tư là An Để La (安底羅) Đại tướng, tên gọi phiên âm từ chữ Phạn là Aṇḍīra, dịch nghĩa là Chấp Tinh. Vị này có thân hình màu xanh lục, tay cầm chùy hay hạt châu báu.

Vị thứ năm là Át Nễ La (頞儞羅) Đại tướng, tên gọi phiên âm từ chữ Phạn là Anila, dịch nghĩa là Chấp Phong. Vị này có thân hình màu hồng, tay cầm cây xoa báu hay cái nỏ.

Vị thứ sáu là San Để La (珊底羅) Đại tướng, tên gọi phiên âm từ chữ Phạn là Śaṇḍila, dịch nghĩa là Cư Xứ. Vị này có thân hình màu lam, tay cầm bảo kiếm hay vỏ sò.

Vị thứ bảy là Nhân Đạt La (因達羅) Đại tướng, tên gọi phiên âm từ chữ Phạn là Indra, dịch nghĩa là Chấp Lực. Vị này có thân hình màu hồng, tay cầm cây côn báu hay cái mâu.

Vị thứ tám là Ba Di La (波夷羅) Đại tướng, tên gọi phiên âm từ chữ Phạn là Pajra, dịch nghĩa là Chấp Âm. Vị này có thân hình màu hồng, tay cầm cây chùy báu hay cung tên.

Vị thứ chín là Ma Hổ La (摩虎羅) Đại tướng, tên gọi phiên âm từ chữ Phạn là Mahoraga, dịch nghĩa là Chấp Ngôn. Vị này có thân hình màu trắng, tay cầm búa báu.

Vị thứ mười là Chơn Đạt La (眞達羅) Đại tướng, tên gọi phiên âm từ chữ Phạn là Kinnara, dịch nghĩa là Chấp Tưởng. Vị này có thân hình màu vàng, tay cầm dây thừng báu hay gậy báu.

Vị thứ mười một là Chiêu Đỗ La (招杜羅) Đại tướng, tên gọi phiên âm từ chữ Phạn là Catura, dịch nghĩa là Chấp

Động. Vị này có thân hình màu xanh, tay cầm cây chùy báu.

Vị thứ mười hai là Tỳ Yết La (毘羯羅) Đại tướng, tên gọi phiên âm từ chữ Phạn là Vikarāla, dịch nghĩa là Viên Tác. Vị này có thân hình màu hồng, tay cầm vòng tròn báu.

Kinh văn

"Mười hai vị đại tướng này, mỗi vị đều có bảy ngàn Dược Xoa làm quyến thuộc, đồng cất tiếng bạch Phật rằng: "Bạch Đức Thế Tôn, hôm nay chúng con nhờ oai lực của Phật mà được nghe danh hiệu của đức Dược Sư Lưu Ly Quang Như Lai, không còn tâm sợ sệt trong các đường ác thú nữa. Chúng con cùng nhau, đồng một lòng trọn đời quy y Phật, Pháp, Tăng, thề sẽ gánh vác cho chúng hữu tình, làm việc nghĩa lợi đưa đến sự nhiêu ích an vui. Tùy nơi nào hoặc làng xóm, thành, nước, hoặc trong rừng cây vắng vẻ, nếu có Kinh này lưu bố đến, hay có người thọ trì danh hiệu Đức Dược Sư Lưu Ly Quang Như Lai và cung kính cúng dường Ngài, thì chúng con cùng quyến thuộc đồng hộ vệ người ấy thoát khỏi tất cả các ách nạn và khiến họ mong cầu việc chi cũng đều được thỏa mãn. Nếu có ai bị bịnh hoạn khổ ách, muốn cầu cho khỏi thì cũng nên đọc tụng Kinh này và lấy chỉ ngũ sắc gút danh tự chúng con, khi đã được như lòng mong cầu thì mới mở gút ra."

Khi chúng ta biết mình sẽ được bảo hộ bởi Phật, Bồ tát và được sự che chở của mười hai vị Dược Xoa đại tướng nếu phát tâm tin nhận thọ trì kinh này hoặc danh hiệu của đức Phật Dược Sư, thì chúng ta không còn sợ đọa trong ác thú. Nhờ niềm tin vào đức Phật Dược Sư, chúng ta sẽ được gia trì để tu tập tinh tấn và không còn tạo các nghiệp xấu ác nữa.

"Chúng con cùng nhau, đồng một lòng trọn đời quy y Phật, Pháp, Tăng, thề sẽ gánh vác cho chúng hữu tình, làm việc nghĩa lợi đưa đến sự nhiêu ích an vui." Những chúng hữu tình niệm danh hiệu của Phật Dược Sư, sống theo hạnh nguyện của đức Dược Sư và tưởng nhớ tới ngài cũng như thực tập theo giáo lý ở trong Kinh Dược Sư thì được mỗi vị Dược Xoa Đại Tướng có duyên với mình cùng 7000 Dược Xoa làm quyến thuộc sau lưng của vị Dược Xoa đại tướng hộ mệnh của chúng ta sẽ tùy tùng hộ vệ cho chúng ta. Các vị này không chỉ hộ vệ mà sẽ làm việc nghĩa lợi đưa đến nhiều sự lợi ích cho chúng ta.

"Tùy nơi nào hoặc làng xóm, thành, nước, hoặc trong rừng cây vắng vẻ, nếu có kinh này lưu bố đến hay có người thọ trì danh hiệu đức Dược Sư Lưu Ly Quang Như Lai và cung kính cúng dường Ngài, thì chúng con cùng quyến thuộc đồng hộ vệ người ấy thoát khỏi tất cả ách nạn và khiến họ mong cầu việc chi cũng đều được thỏa mãn. Nếu có ai bệnh hoạn khổ ách, muốn cầu cho khỏi thì cũng nên đọc tụng kinh này và lấy chỉ ngũ sắc gút danh tự chúng con, khi đã được như lòng mong cầu thì mới mở gút ra." Một lần nữa, đoạn kinh này tán thán và xiển dương sự gia hộ mầu nhiệm của 12 vị Dược Xoa đại tướng. Đó là hóa thân của Phật, Bồ tát và các vị hộ pháp thiện thần.

Kinh văn

"Lúc ấy Đức Phật Thích Ca khen các vị Dược Xoa đại tướng rằng: Hay thay! Hay thay! Đại Dược Xoa tướng, các ông nghĩ muốn báo đáp ân đức của Phật Dược Sư Lưu Ly Quang nên mới phát nguyện làm những việc lợi ích an vui cho tất cả chúng hữu tình như vậy."

Chúng ta sẽ cùng nhau soi chiếu lại tâm mình, khi chúng ta làm việc gì đó hãy nghĩ rằng nên báo đáp ân đức của Phật tổ. Nếu Phật không ra đời, chúng ta không có giáo pháp, chỉ là một kẻ chấp mê bất ngộ, chưa chắc đã tin nhân quả luân hồi mà tin rằng sau khi chết rồi cát bụi sẽ trở về với cát bụi, không còn gì nữa. Với nhận thức bác bỏ nhân quả như vậy, chúng ta sẽ dễ dàng buông thả làm mọi việc bất chấp thiện ác, phủ nhận tất cả luân lý đạo đức rồi đi trong đêm tối của ác kiến, đọa lạc trong tam ác đạo.

Chúng ta được gặp Phật là may mắn là hạnh phúc, và nếu như không có lịch đại tổ sư truyền bá Phật pháp, bỏ lại niềm vui thế gian, xuất gia cầu đạo sống đời sống thanh bạch, đem tâm sức của mình để giữ gìn Phật pháp, truyền thừa ở thế gian này mấy ngàn năm, thì làm sao hôm nay chúng ta còn biết được Phật pháp? Vì thế, ân Phật, ân Thầy Tổ thật lớn lao vô cùng. Chúng ta làm được một chút việc gì cũng là để đền ơn Phật Tổ. Nếu chúng ta tâm niệm điều này thì sẽ không kiêu mạn, ỷ vào công đức của mình. Một khi mình không ỷ vào công đức của mình đã làm thì mình rất nhẹ nhàng tạo thêm công đức khác. Nếu chúng ta đang tu tập, làm những việc phước thiện mà người ta hủy báng, không tôn trọng, không hiểu mình thì chúng ta cũng không đau khổ. Vì việc chúng ta làm là để báo đền ân đức Phật Tổ. Câu kinh này là bài học lớn mà 12 vị Dược Xoa đại tướng là hóa thân của 12 vị Phật, Bồ tát đã làm, chúng ta nên học và làm theo.

Kinh văn

"Đồng thời, ông A Nan lại bạch Phật rằng: Bạch Đức Thế Tôn, pháp môn này gọi tên là gì? Và chúng con phải phụng trì bằng cách nào?" Phật bảo A Nan: "Pháp môn này gọi là Thuyết Dược Sư Lưu Ly Quang Như Lai Bản Nguyện Công Đức, cũng gọi là Thuyết Thập Nhị Thần Tướng Nhiêu Ích Hữu Tình Kiết Nguyện Thần Chú và cũng gọi là Bạt

Trừ Nhất Thiết Nghiệp Chướng, cứ nên đúng như vậy mà thọ trì."

Phụng trì có nghĩa là thờ phụng, tôn kính và giữ gìn. Đức Phật ngợi khen 12 đại nguyện của Phật Dược Sư mà đặt tên *"Thuyết Dược Sư Lưu Ly Quang Như Lai Bổn Nguyện Công Đức"*, hoặc cũng gọi với một tên khác là *"Thuyết Thập Nhị Thần Tướng Nhiêu Ích Hữu Tình Kiết Nguyện Thần Chú"*, nghĩa là 12 vị Dược Xoa Đại tướng làm lợi ích cho tất cả những loài hữu tình, và kinh này có sức mầu nhiệm vô cùng nên gọi là thần chú, cũng gọi là *"Bạt trừ nhứt thiết nghiệp chướng"*, nghĩa là diệt đi tất cả nghiệp chướng của chúng ta. Bạt trừ là làm tiêu trừ đi. Trừ là diệt, nhất thiết là tất cả, *bạt trừ nhất thiết nghiệp chướng* là tiêu trừ hết thảy mọi nghiệp chướng. Phật dạy cứ như vậy mà thọ trì.

Kinh văn

"Khi đức Bạc Già Phạm nói lời ấy rồi, các hàng Đại Bồ tát, các Đại Thanh văn, cùng Quốc Vương, Đại Thần, Bà La Môn, Cư Sĩ, Thiên, Long, Dược Xoa, Kiền Thát Bà, A Tu La, Ca Lầu La, Khẩn Na La, Ma Hầu La Già, người cùng các loài quỷ thần, tất cả đại chúng, đều hết sức vui mừng và đồng tin chịu vâng làm."

Đoạn kinh văn này ngoài các hàng Bồ Tát, Thanh văn, quốc vương, đại thần, bà la môn, cư sĩ, còn đề cập đến tám bộ chúng hay thiên long bát bộ gồm có: chư thiên, loài rồng, dược-xoa, càn-thát-bà, a-tu-la, ca-lâu-la, khẩn-na-la, ma-hầu-la-già.

Dược-xoa, hay Dạ-xoa, phiên âm từ Phạn ngữ yakṣa, dịch nghĩa là tiệp tật quỷ, nghĩa là loài quỷ có khả năng đi lại rất nhanh lẹ.

Càn-thát-bà là thần âm nhạc phục vụ Thiên Đế Thích.

A-tu-la còn được gọi là bán thần vì họ có thần lực như chư thiên nhưng thua kém về phước đức. Do tánh khí hung dữ, kiêu mạn, loài này thường gây chiến, đánh nhau với chư thiên.

Ca-lâu-la, phiên âm từ Phạn ngữ garuḍa, dịch nghĩa là kim sí điểu (chim cánh vàng). Đây là một loài chim rất lớn, thường ăn thịt loài rồng.

Khẩn-na-la, phiên âm từ Phạn ngữ Kiṃnara, dịch nghĩa là nghi thần. Vì hình thể họ rất giống người nhưng có một cái sừng trên đỉnh đầu khiến người nhìn thấy sinh tâm nghi ngờ, do đó có tên là nghi thần. Đây cũng là một loài giỏi âm nhạc, còn có khả năng ca múa giỏi.

Ma-hầu-la-già, phiên âm từ Phạn ngữ mahoraga, là một loài rắn thần.

Như vậy, sau khi nghe đức Phật thuyết giảng xong bản kinh Dược Sư này, từ hàng Bồ tát cho đến các vị Thanh văn, rồi quốc vương, đại thần, bà la môn, thiên long bát bộ cho đến người cùng các loài quỷ thần, tất cả đại chúng, tất cả đều hết sức vui mừng và đồng tin chịu, vâng theo lời Phật dạy.

HỒI HƯỚNG

Nguyện đem công đức này
Dâng cúng mười phương Phật
Phước lành xin hồi hướng
Cho tất cả chúng sinh
Nguyện đồng chứng Phật thân
Nguyện đồng thành Phật đạo

www.ingramcontent.com/pod-product-compliance
Lightning Source LLC
LaVergne TN
LVHW042245070526
838201LV00088B/26